JN051410

English
汉语
Tiếng Việt

にほんご 絵じてん

Japanese Picture Dictionary
日语图画词典
Từ điển tiếng Nhật bằng hình ảnh

坂本 正・監修
協力・にはんご絵じてん・プロジェクトチーム
コスモピア編集部・編

コスモピア

はじめに

　私たちは、日本国内で日本語を学んでいる人、また、日本に興味を持ち、その言葉や文化を学ぼうとしている世界中の人に向けて、この『にほんご絵じてん』を作りました。

　「『ひらがな』はある程度読める」という読者を想定しています。

　日本で暮らすとき実際に役立つように、ふつう「漢字」で表記される単語には「漢字」を使っていますが、「漢字」にはすべて「ひらがな」でふりがなをふってあります。

　この後のページで使い方を確かめたら、どこでも興味のあるページを開いて、絵や写真を眺めてください。そしてそれを手がかりに、みなさんの国と同じところや違うところ、日本独特の文化や習慣に目をとめ、それが日本語でどう書かれるのかを確かめてみてください。

　すべての言葉には日本語の音声がついています。電子版では、ページを見ながら音声マークをクリックすると日本語の音声を聞くことができます

　この本を活用して、日本語とイメージと音声を結びつけ、楽しみながら日本語に親しんでいってください。

2024 年　1 月 20 日

著者一同

This "Picture Dictionary" is for anyone who is interested in Japan and wants to learn about its language and culture.

The book contains pictures and illustrations, and provides text in English, Chinese, and Vietnamese. The book is also great for those who can read hiragana to some extent.

In order to make this book more useful to those who live in Japan, words that are usually written in kanji are written in kanji with hiragana readings above them.

After you have learned how to use this book by reading the information on the following pages, open to a page you are interested in and look at the images. Using them as clues, note the similarities and differences between your country and Japan, and see how things are written in Japanese.

这本"图解词典"是为所有对日本感兴趣、希望了解日本语言和文化的人准备的。书中图文并茂，所有单词均用英语、中文和越南语书写、如果您能在一定程度上读懂平假名，您一定会喜欢阅读这本书。

为了使这本书在日本生活时更有用，我们通常把用汉字表达的单词用汉字书写，所有汉字也标注了平假名。

在确认了后面几页中的用法后，您可以打开感兴趣的任何一页，查看图片和照片。然后，以图片和照片为指导，看看您的国家与日本的异同，以及日本独特的文化和习俗，并看看它们在日语中是如何书写的。

Cuốn sách "Ejiten" này dành cho tất cả những ai quan tâm đến Nhật Bản và muốn tìm hiểu về ngôn ngữ và văn hóa Nhật Bản.

Chúng tôi sử dụng nhiều hình ảnh và hình minh họa, tất cả các từ đều được dịch sang tiếng Anh, tiếng Trung và tiếng Việt.

Nếu bạn có thể đọc "Hiragana" ở một mức độ nào đó, bạn sẽ có thể thích đọc cuốn sách này.

Để giúp nó hữu ích khi sống ở Nhật Bản, chúng tôi sử dụng "kanji" cho những từ thường được diễn đạt bằng "kanji," nhưng chúng tôi cũng sử dụng "hiragana" cho tất cả "kanji."

Sau khi tìm hiểu cách sử dụng cuốn sách này ở các trang tiếp theo sau, các bạn hãy mở sách ra và xem những hình ảnh bạn quan tâm. Thông qua những hình ảnh này, các bạn hãy xem Nhật bản và nước của các bạn có điểm nào giống và khác nhau để từ đó hiểu thêm về thói quen, văn hóa của Nhật Bản, và xác nhận xem những từ ngữ đó được viết thế nào.

もくじ

Part 1 日本の文字 ………………………………………… 15
Japanese characters / 日文字符 / Chữ viết tiếng Nhật

Part 2 年・月・日と数字 ……………………… 25
years, months, days, and numbers / 年、月、日和数字 / Năm, tháng, ngày và con số

Part 3 季節と行事 ……………………………………… 35
seasons and events / 季节和活动 / mùa và sự kiện

Part 4 体と体の動き

body and movements / 身体和身体动作 / Cơ thể và chuyển động của cơ thể

Part 5 私と家族と家

me, my family, and my house / 我、家人和我的家 / Tôi, gia đình và nhà

5

Part 8 飲食店とメニュー ⸱⸱⸱⸱⸱⸱⸱⸱⸱⸱⸱⸱⸱⸱⸱⸱⸱⸱⸱⸱⸱⸱ 107

restaurants and menus / 餐厅和菜单 / Nhà hàng và thực đơn

Part 9 生き物たち ⸱⸱⸱⸱⸱⸱⸱⸱⸱⸱⸱⸱⸱⸱⸱⸱⸱⸱⸱⸱⸱⸱⸱⸱⸱⸱ 125

living things / 生物 / Sinh vật

basic structure and usage of this book / 本出版物的基本结构和用途 / Cấu trúc cơ bản và cách sử dụng cuốn sách này

ほんしょ　ぜんぶ　　　　　　　　　　　　　　　　　　　　　　　　　　　　わ　　　　　　　　　　　　　　　　　　　　　　のぞ　　き
本書は全部で 17 のパートに分かれています。そして、コラムを除いて基
ほんてき　　　みひら　たんい　こうせい　　　　　　　　　　　　　　　　　　　　にほんご　たんご　　　　に
本的には見開き単位で構成されています。すべての日本語の単語には、日
ほんご　おんせい　　　　　　　　　　　　　　　たんい　おんせい
本語の音声があり、1 ページ単位で音声ファイルになっています。

This book is divided into 17 parts in total. With the exception of columns, the book is basically organized in two-page spreads. All Japanese words have Japanese audio, and each page is an audio file.

全书共分为 17 个部分。 除专栏外，基本上是按页码编排的。每一页附有一个语音文件，所有的日语单词都带有语音。

Cuốn sách này được chia tổng cộng thành 17 phần, ngoại trừ các cột, về cơ bản cuốn sách được sắp xếp theo đơn vị dàn trải, tất cả các từ tiếng Nhật đều có âm thanh tiếng Nhật và mỗi trang là một tệp âm thanh.

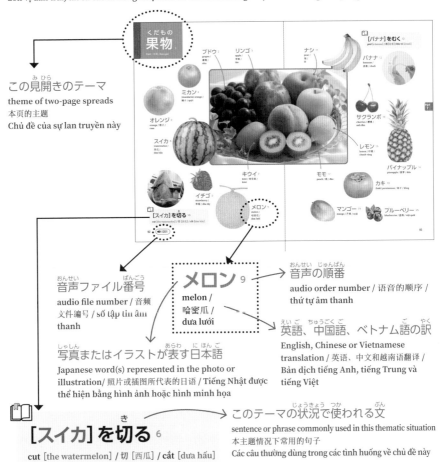

この見開きのテーマ
theme of two-page spreads
本页的主题
Chủ đề của sự lan truyền này

おんせい　　　　　　　ばんごう
音声ファイル番号
audio file number / 音频
文件编号 / số tập tin âm
thanh

メロン 9
melon /
哈密瓜 /
dưa lưới

おんせい　じゅんばん
音声の順番
audio order number / 语音的顺序 /
thứ tự âm thanh

えいご　ちゅうごくご　　　　　　　ご　やく
英語、中国語、ベトナム語の訳
English, Chinese or Vietnamese
translation / 英语、中文和越南语翻译 /
Bản dịch tiếng Anh, tiếng Trung và
tiếng Việt

しゃしん　　　　　　　　　　　あらわ　にほんご
写真またはイラストが表す日本語
Japanese word(s) represented in the photo or
illustration/ 照片或插图所代表的日语 / Tiếng Nhật được
thể hiện bằng hình ảnh hoặc hình minh họa

き
[スイカ]を切る 6
cut [the watermelon] / 切 [西瓜] / cắt [dưa hấu]

じょうきょう　つか　　　　　ぶん
このテーマの状況で使われる文
sentence or phrase commonly used in this thematic situation
本主题情况下常用的句子
Các câu thường dùng trong các tình huống về chủ đề này

11

電子版の使い方

How to use the electronic version
电子版的使用方法
Cách sử dụng phiên bản điện tử

音声ダウンロード不要！
ワンクリックで音声再生！

No audio download required! One-click audio playback!
无需下载音频！ 一键即可播放音频！
Không cần tải file âm thanh! Phát âm thanh chỉ bằng một cú nhấp chuột!

本書の購読者は無料でご使用いただけます。
音声付きで本書がそのままスマホでも読めます。

Free for subscribers of this book. You can read this book with audio directly on your smartphone.
购买本书的读者可以免费在手机上阅读带有音频的电子版。
Cuốn sách này được cung cấp miễn phí cho người đăng ký. Bạn có thể đọc cuốn sách này trực tiếp trên điện thoại thông minh của mình với âm thanh đi kèm.

電子版のダウンロードに必要なクーポンコードは
下記になります。

The coupon code required to download the electronic version is below.
下载电子版所需的兑换码如下所示。
Mã cần thiết để tải xuống phiên bản điện tử ở bên dưới.

電子版：無料引き換えコード

Electronic version: free redemption code
电子版：免费兑换码
Phiên bản điện tử: Mã tải file miễn phí

RbQftB

詳しい手順は右ページをご覧ください。

For detailed instructions, please see the page on the right.
详细步骤请参阅右侧的书页。
Vui lòng xem trang bên phải để biết hướng dẫn chi tiết.

●対応機種　compatible models / 对应设备 / Các mẫu tương thích

・PC (Windows/Mac) ・iOS (iPhone/iPad) ・Android (タブレット、スマートフォン)

電子版ご利用の手順

でん　し　ばん　　りょう　　て　じゅん

How to use the electronic version
电子版的使用步骤
Cách sử dụng bản điện tử

① コスモピア・オンラインショップにアクセスしてください。
（無料ですが、会員登録が必要です）

https://www.cosmopier.net/

Access the CosmoPier Online Shop. (Free of charge, but membership registration is required.)
进入 CosmoPier 网上商店。（注册免费会员）
Vui lòng truy cập cửa hàng trực tuyến CosmoPier. (Miễn phí nhưng cần phải đăng ký thành viên)

② ログイン後、カテゴリ「電子版」のサブカテゴリ「書籍」をクリックしてください。

After logging in, click the subcategory "Books" under the category "Electronic Editions."
登录后，点击【电子版】菜单
Sau khi đăng nhập, nhấn vào tiểu mục "Sách" của chuyên mục "Bản điện tử".

③ 本書のタイトルをクリックし、「カートに入れる」をクリックしてください。

Click the title of this book then click "Add to cart".
点击本书（封面带有【電子版】的标志）的标题，然后点击 "放入购物车"。
Bấm vào tên sách và bấm "Thêm vào giỏ hàng"..

④ 「カートへ進む」→「レジへ進む」と進み、「クーポンを変更する」をクリックしてください。

Go to "Proceed to Cart," then "Proceed to Checkout," then click "Change Coupon".
点击 "进入购物车"，然后 "进入结账"，点击 "更改优惠券"。
Tiếp tục "Tiến hành giỏ hàng" → "Tiến hành thanh toán" và nhấp vào "Thay đổi mã phiếu".

⑤ 「クーポン」欄に左ページにある無料引き換えコードを入力し、「登録する」をクリックしてください。

Enter the free redemption code from the left page in the "Coupon" field and click "Register."
在 "优惠券" 栏中输入左侧书页中的免费兑换码，然后点击 "登录"。
Nhập mã code ở trang bên trái vào cột "mã phiếu" và nhấp vào "Đăng ký".

⑥ 0円になったのを確認して、「注文する」をクリックしてください。

Confirm that the price is now 0 yen, then click "Place Order."
在确认价格为 0 日元之后点击 "下单"。
Kiểm tra số tiền là 0 yên và nhấp vào "Đặt hàng".

⑦ ご注文を完了すると、「マイページ」に電子書籍が登録されます。

After you complete your order, the e-book will be listed on "My Page."
下单成功后，电子书将被自动登录到【我的主页】
Sau khi bạn hoàn tất đơn đặt hàng, sách điện tử sẽ được đăng ký trên "Trang của tôi" của bạn.

音声ダウンロードの方法

How to download the audio
下载音频的方法
Cách tải âm thanh xuống

スマホで聞く場合

When listening on a smartphone / 在智能手机上收听时 /Khi nghe trên điện thoại thông minh

ストリーミング再生になりますので、通信制限などにご注意ください。
また、インターネット環境がない状況でのオフライン再生はできません。

The audio will be streamed, so be sure you have a good internet connection. Offline playback is not possible.
由于是在线播放，请注意网络通信容量等。另外，无法在没有互联网连接状态下进行离线播放。
Đây sẽ là phát lại trực tuyến, vì vậy vui lòng lưu ý các thiết bị kết nối, v.v.
Ngoài ra, không thể phát lại ngoại tuyến nếu không có kết nối internet.

① 下記サイトにアクセス！ Access the site below!/ 访问以下网站！ / Truy cập trang web dưới đây!

https://soundcloud.com/yqgfmv3ztp15/sets/jp-eziten

② アプリを使う場合は SoundCloud にアカウント登録（無料）

To use the app, register for an account on SoundCloud (free of charge)
当使用应用程序时，请在 SoundCloud 上注册一个帐户（免费）
Để sử dụng ứng dụng, hãy đăng ký tài khoản trên SoundCloud (miễn phí)

パソコンで音声ダウンロードする場合

When downloading audio to a computer / 在电脑上下载音频时 /Khi tải âm thanh về máy tính

パソコンで mp3 音声をダウンロードして、スマホなどに取り込むことも可能です。
（スマホなどへの取り込み方法はデバイスによって異なります）

You can also download mp3 files to your computer and import them to your smartphoneor tablet. (The way to do this varies according to smartphone or tablet.)
您还可以在计算机上下载 mp3 音频并将其导入智能手机。（导入到智能手机等的方法因设备而异）
Bạn cũng có thể tải xuống âm thanh mp3 trên máy tính và nhập nó vào điện thoại thông minh của mình. (Phương pháp nhập vào điện thoại thông minh, v.v. khác nhau tùy thuộc vào thiết bị)

① 下記サイトにアクセス！ Access the site below!/ 访问以下网站！ /Truy cập trang web dưới đây!

https://www.cosmopier.com/download/4864542074

② ダウンロードボタンをクリックする
Click the download button. / 点击下载按钮。 / Nhấp vào nút tải xuống.

音声は PC の一括ダウンロード用圧縮ファイル（ZIP 形式）でご提供します。解凍してお使いください。

The download will appear as a compressed file (ZIP format). Unzip the folder to use the mp3 files.
音频以压缩文件（ZIP 格式）形式提供，可批量下载到您的电脑。 请解压并使用。
Âm thanh được cung cấp dưới dạng tệp nén (định dạng ZIP) để tải xuống hàng loạt về PC của bạn.
Hãy giải nén và sử dụng.

Part 1

日本の文字
にほんのもじ

Japanese characters / 日文字符 / Chữ viết tiếng Nhật

ここでは「ひらがな」「カタカナ／かたかな」
「漢字／かんじ」を学びましょう。

Here we will learn hiragana, katakana, and kanji.
在这里，你将学习平假名、片假名以及日文汉字。
Cùng học Hiragana, Katakana và Kanji tại đây nhé.

あ a 2	い i 3	う u 4	え e 5	お o 6
か ka 7	き ki 8	く ku 9	け ke 10	こ ko 11
さ sa 12	し shi 13	す su 14	せ se 15	そ so 16
た ta 17	ち chi 18	つ tsu 19	て te 20	と to 21
な na 22	に ni 23	ぬ nu 24	ね ne 25	の no 26
は ha 27	ひ hi 28	ふ fu 29	へ he 30	ほ ho 31
ま ma 32	み mi 33	む mu 34	め me 35	も mo 36
や ya 37		ゆ yu 38		よ yo 39
ら ra 40	り ri 41	る ru 42	れ re 43	ろ ro 44
わ wa 45				を o 46
				ん n 47

が ga 1	ぎ gi 2	ぐ gu 3	げ ge 4	ご go 5
ざ za 6	じ ji 7	ず zu 8	ぜ ze 9	ぞ zo 10
だ da 11	ぢ ji 12	づ zu 13	で de 14	ど do 15
ば ba 16	び bi 17	ぶ bu 18	べ be 19	ぼ bo 20
ぱ pa 21	ぴ pi 22	ぶ pu 23	ぺ pe 24	ぽ po 25

きゃ kya 26	きゅ kyu 27	きょ kyo 28	ぎゃ gya 29	ぎゅ gyu 30	ぎょ gyo 31
しゃ sha 32	しゅ shu 33	しょ sho 34	じゃ ja 35	じゅ ju 36	じょ jo 37
ちゃ cha 38	ちゅ chu 39	ちょ cho 40			
にゃ nya 41	にゅ nyu 42	にょ nyo 43			
ひゃ hya 44	ひゅ hyu 45	ひょ hyo 46	びゃ bya 47	びゅ byu 48	びょ byo 49
			ぴゃ pya 50	ぴゅ pyu 51	ぴょ pyo 52
みゃ mya 53	みゅ myu 54	みょ myo 55			
りゃ rya 56	りゅ ryu 57	りょ ryo 58			

ア a 2	イ i 3	ウ u 4	エ e 5	オ o 6
カ ka 7	キ ki 8	ク ku 9	ケ ke 10	コ ko 11
サ sa 12	シ shi 13	ス su 14	セ se 15	ソ so 16
タ ta 17	チ chi 18	ツ tsu 19	テ te 20	ト to 21
ナ na 22	ニ ni 23	ヌ nu 24	ネ ne 25	ノ no 26
ハ ha 27	ヒ hi 28	フ fu 29	ヘ he 30	ホ ho 31
マ ma 32	ミ mi 33	ム mu 34	メ me 35	モ mo 36
ヤ ya 37		ユ yu 38		ヨ yo 39
ラ ra 40	リ ri 41	ル ru 42	レ re 43	ロ ro 44
ワ wa 45				ヲ o 46
				ン n 47

ガ ga 1	ギ gi 2	グ gu 3	ゲ ge 4	ゴ go 5
ザ za 6	ジ ji 7	ズ zu 8	ゼ ze 9	ゾ zo 10
ダ da 11	ヂ ji 12	ヅ zu 13	デ de 14	ド do 15
バ ba 16	ビ bi 17	ブ bu 18	ベ be 19	ボ bo 20
パ pa 21	ピ pi 22	プ pu 23	ペ pe 24	ポ po 25

キャ kya 26	キュ kyu 27	キョ kyo 28	ギャ gya 29	ギュ gyu 30	ギョ gyo 31
シャ sha 32	シュ shu 33	ショ sho 34	ジャ ja 35	ジュ ju 36	ジョ jo 37
チャ cha 38	チュ chu 39	チョ cho 40			
ニャ nya 41	ニュ nyu 42	ニョ nyo 43			
ヒャ hya 44	ヒュ hyu 45	ヒョ hyo 46	ビャ bya 47	ビュ byu 48	ビョ byo 49
			ピャ pya 50	ピュ pyu 51	ピョ pyo 52
ミャ mya 53	ミュ myu 54	ミョ myo 55			
リャ rya 56	リュ ryu 57	リョ ryo 58			

日本の小学校1年生が習う漢字です。
（　）の中は送りがなです。

一	二	三	四	五
いち ひと（つ） 2	に ふた（つ） 3	さん みっ（つ） 4	よん／し よっ（つ） 5	ご いつ（つ） 6
六	七	八	九	十
ろく むっ（つ） 7	しち なな（つ） 8	はち やっ（つ） 9	く きゅう ここの（つ）10	じゅう とお 11
百	千	右	左	上
ひゃく 12	せん 13	みぎ う ゆう　14	ひだり さ 15	うえ かみ じょう　16
下	中	小	大	夕
した しも か、げ　17	なか ちゅう 18	ちい（さい） しょう 19	おお（きい） だい 20	ゆう せき 21

These are the kanji learned by first-grade elementary school students in Japan.
In parentheses ( ) are the kana suffixes attached to kanji to create words.
这些是日本小学一年级学生学习的汉字。括号（ ）内的字符为假名。
Đây là những chữ kanji mà học sinh lớp 1 ở các trường tiểu học Nhật Bản học.
Chữ trong ngoặc ( ) là okurigana

月	火	水	木	金
つき げつ がつ　22	ひ か　23	みず すい　24	き もく　25	かね きん　26
土	日	人	男	女
つち ど　27	ひ にち じつ / か　28	ひと じん にん　29	おとこ だん なん　30	おんな じょ にょ　31
子	天	空	山	森
こ し　32	あめ あま てん　33	そら くう　34	やま さん　35	もり しん　36
林	竹	草	花	田
はやし りん　37	たけ ちく　38	くさ そう　39	はな か　40	た でん　41

虫	川	石	目	口
むし ちゅう 1	かわ せん 2	いし せき 3	め もく 4	くち こう 5
耳	手	足	青	白
みみ じ 6	て しゅ 7	あし そく 8	あお せい 9	しろ はく 10
赤	立	休	見	学
あか せき 11	た（つ） りつ 12	やす（む） きゅう 13	み（る） けん 14	まな（ぶ） がく 15
出	入	生	雨	円
で（る） しゅつ 16	はい（る） にゅう 17	い（きる） せい しょう　18	あめ う 19	まる（い） えん 20

王	音	貝	気	玉
おう 21	おと ね おん　22	かい 23	き け 24	たま ぎょく 25
犬	校	糸	字	車
いぬ けん 26	こう 27	いと し 28	じ 29	くるま しゃ 30
正	先	早	町	村
ただ（しい） せい しょう　31	さき せん 32	はや（い） そう 33	まち ちょう 34	むら そん 35
年	文	本	名	力
とし ねん 36	ふみ ぶん もん　37	もと ほん 38	な めい みょう　39	ちから りき りょく　40

ヘボン式ローマ字

Hepburn system (of Romaji) / 赫本式罗马字 / Bảng chữ Romaji theo hệ thống Hepburn

広く使われている日本語表記をラテン文字表記にする際の規則

Rules for converting widely used Japanese notation into Latin alphabet notation / 将广泛使用的日语符号转换为拉丁字母符号的规则 / Quy tắc chuyển chữ viết tiếng Nhật được sử dụng phổ biến sang bảng chữ Latinh.

あ	A	a	い	I	i	う	U	u	え	E	e	お	O	o
か	KA	ka	き	KI	ki	く	KU	ku	け	KE	ke	こ	KO	ko
さ	SA	sa	し	SHI	shi	す	SU	su	せ	SE	se	そ	SO	so
た	TA	ta	ち	CHI	chi	つ	TSU	tsu	て	TE	te	と	TO	to
な	NA	na	に	NI	ni	ぬ	NU	nu	ね	NE	ne	の	NO	no
は	HA	ha	ひ	HI	hi	ふ	FU	fu	へ	HE	he	ほ	HO	ho
ま	MA	ma	み	MI	mi	む	MU	mu	め	ME	me	も	MO	mo
や	YA	ya				ゆ	YU	yu				よ	YO	yo
ら	RA	ra	り	RI	ri	る	RU	ru	れ	RE	re	ろ	RO	ro
わ	WA	wa										を	O	o

が	GA	ga	ぎ	GI	gi	ぐ	GU	gu	げ	GE	ge	ご	GO	go
ざ	ZA	za	じ	JI	ji	ず	ZU	zu	ぜ	ZE	ze	ぞ	ZO	zo
だ	DA	da	ぢ	JI	ji	づ	ZU	zu	で	DE	de	ど	DO	do
ば	BA	ba	び	BI	bi	ぶ	BU	bu	べ	BE	be	ぼ	BO	bo
ぱ	PA	pa	ぴ	PI	pi	ぷ	PU	pu	ぺ	PE	pe	ぽ	PO	po

きゃ	KYA	kya	きゅ	KYU	kyu	きょ	KYO	kyo
しゃ	SHA	sha	しゅ	SHU	shu	しょ	SHO	sho
ちゃ	CHA	cha	ちゅ	CHU	chu	ちょ	CHO	cho
にゃ	NYA	nya	にゅ	NYU	nyu	にょ	NYO	nyo
ひゃ	HYA	hya	ひゅ	HYU	hyu	ひょ	HYO	hyo
みゃ	MYA	mya	みゅ	MYU	myu	みょ	MYO	myo
りゃ	RYA	rya	りゅ	RYU	ryu	りょ	RYO	ryo
ぎゃ	GYA	gya	ぎゅ	GYU	gyu	ぎょ	GYO	gyo
じゃ	JA	ja	じゅ	JU	ju	じょ	JO	jo
びゃ	BYA	bya	びゅ	BYU	byu	びょ	BYO	byo
ぴゃ	PYA	pya	ぴゅ	PYU	pyu	ぴょ	PYO	pyo

Part 2

年・月・日と数字
ねん　つき　ひ　　　　すうじ

years, months, days, and numbers / 年、月、日和数字 / Năm, tháng, ngày và con số

ここではいろいろな場面で出てくる数字の
　　　　　　　　ばめん　で　　　　すうじ
読み方を学びましょう。
よ　かた　まな

Here let's learn how to read numbers in various situations.
在这里，我们来学习如何读取各种情况下出现的数字。
Sau đây, hãy cùng tìm hiểu cách đọc các con số xuất hiện trong nhiều tình huống khác nhau.

数字の読み方 ₁

How to read numbers / 数字的字读法 / Cách đọc số

基本の数字の読み方 ₂

きほん すうじ よ かた

how to read basic numbers / 基本数字的读法 / Cách đọc số cơ bản

ぜろ / れい

0 ₃

いち	に	さん	よん / し	ご
① ₄	② ₅	③ ₆	④ ₇	⑤ ₈

ろく	なな / しち	はち	きゅう / く	じゅう
⑥ ₉	⑦ ₁₀	⑧ ₁₁	⑨ ₁₂	⑩ ₁₃

じゅういち	じゅうよん	じゅうはち	にじゅう	にじゅうさん	にじゅうなな
11 ₁₄	14 ₁₅	18 ₁₆	20 ₁₇	23 ₁₈	27 ₁₉
さんじゅう	さんじゅうに	さんじゅうろく	よんじゅう	よんじゅうご	よんじゅうきゅう
30 ₂₀	32 ₂₁	36 ₂₂	40 ₂₃	45 ₂₄	49 ₂₅
ごじゅう	ごじゅうさん	ごじゅうなな	ろくじゅう	ろくじゅうに	ろくじゅうろく
50 ₂₆	53 ₂₇	57 ₂₈	60 ₂₉	62 ₃₀	66 ₃₁
ななじゅう	ななじゅうさん	ななじゅうなな	はちじゅう	はちじゅうなな	はちじゅうきゅう
70 ₃₂	73 ₃₃	77 ₃₄	80 ₃₅	87 ₃₆	89 ₃₇
きゅうじゅう	きゅうじゅうご	きゅうじゅうろく	ひゃく	ひゃくいち	ひゃくはち
90 ₃₈	95 ₃₉	96 ₄₀	100 ₄₁	101 ₄₂	108 ₄₃

数の位 [1]

place value of numbers / 数位 / Đơn vị số

100　百 [2]　hundred / 百 / trăm

1,000　千 [3]　thousand / 千 / nghìn

10,000　万 [4]　ten thousand / 万 / Mười nghìn

100,000,000　億 [5]　hundred million / 亿 / trăm triệu

数字の言い方の例 [6]

examples of reading large numbers / 数字表达方式的示例 / Ví dụ về cách nói số

2,345 [7]　にせん・さんびゃく・よんじゅう・ご

34,567 [8]　さんまん・よんせん・ごひゃく・ろくじゅう・なな

123,456,789 [9]

いちおく・にせん・さんびゃく・よんじゅう・ごまん・ろくせん・ななひゃく・はちじゅう・きゅう

日本に昔からある数の数え方 [10]

traditional Japanese numbers for counting / 日本传统计数系统 / Cách đếm số truyền thống của người Nhật

ひと 一つ [11]	ふた 二つ [12]	みっ 三つ [13]	よっ 四つ [14]	いつ 五つ [15]
むっ 六つ [16]	なな 七つ [17]	やっ 八つ [18]	ここの 九つ [19]	とお 十 [20]

年・世紀 1
ねん・せいき

year, century / 年、世纪 / năm, thế kỷ

西暦 2
せいれき

AD (Anno Domini) / 阳历 / lịch phương Tây

日付 3
ひづけ

date / 日期 / ngày hôm nay

にせんにじゅうご ねん
2025年

ご がつ にじゅうさん にち
5月 23日 4

May 23, 2025 / 2025 年 5 月 23 日 /
ngày 23 tháng 5 năm 2025

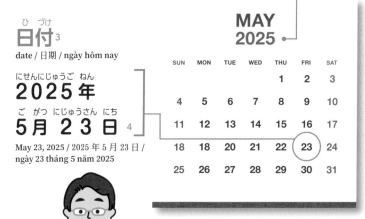

MAY 2025

SUN	MON	TUE	WED	THU	FRI	SAT
				1	2	3
4	5	6	7	8	9	10
11	12	13	14	15	16	17
18	18	20	21	22	23	24
25	26	27	28	29	30	31

生年月日 5
せい ねん がっ ぴ

date of birth / 出生日期 / ngày tháng năm sinh

せんきゅうひゃくきゅうじゅうさん ねん じゅう がつ むい か
1993年10月6日 6

May 23, 2025 / 1993 年 10 月 6 日 / ngày 6 tháng 10 năm 1993

世紀 7
せい き

century / 世纪 / thế kỷ

じゅうきゅう せい き
19世紀 8
19th century /19 世纪 /
thế kỉ 19

せんはっぴゃくいち   せんきゅうひゃく
1801年 ～ 1900年 9
1801 - 1900 /1801 年－ 1900 年 / năm 1801- năm 1900

にじゅっ せい き
20世紀 10
20th century /20 世纪 /
thế kỷ 20

せんきゅうひゃくいち   にせん
1901年 ～ 2000年 11
1801 - 1900 /1801 年－ 1900 年 / năm 1901- năm 2000

にじゅういっ せい き
21世紀 12
21st century /21 世纪 /
thế kỷ 21

にせんいち   にせんひゃく
2001年 ～ 2100年 13
2001 - 2100 /2001 年－ 2100 年 / năm 2001 - năm 2100

年号・元号 [1]
（ねん ごう・げん ごう）

Japanese era names / 年号 时代名称 / Niên hiệu·Nguyên hiệu và thời đại

明治 [2]（めい じ）

1868年 [3]（ねん）　〜　**1912年**（ねん）
せんはっぴゃくろくじゅうはち　　　　せんきゅうひゃくじゅうに

Meiji / 明治 / Meiji

1868 - 1912 / 1868年 － 1912年 / năm 1868 - năm 1912

大正 [4]（たい しょう）

1912年（ねん）　〜　**1926年** [5]（ねん）
せんきゅうひゃくじゅうに　　　　せんきゅうひゃくにじゅうろく

Taisho / 大正 / Đại chính

1912 - 1926 / 1912年 － 1926年 / năm 1912 - năm 1926

昭和 [6]（しょう わ）

1926年（ねん）　〜　**1989年** [7]（ねん）
せんきゅうひゃくにじゅうろく　　　　せんきゅうひゃくはちじゅうく

Showa / 昭和 / Chiêu Hoà

1926 - 1989 / 1926年 － 1989年 / năm 1926 - năm 1989

平成 [8]（へい せい）

1989年（ねん）　〜　**2019年** [9]（ねん）
せんきゅうひゃくはちじゅうく　　　　にせんじゅうく

Heisei / 平成 / Bình Thành

1989 - 2019 / 1989年 － 2019年 / năm 1989 - năm 2019

令和 [10]（れい わ）

2019年（ねん）[11]　〜
にせんじゅうく

Reiwa / 令和 / Lệnh Hoà

2019- / 2019年 － / năm 2019 -

干支 [12]（え と）

the 12 Chinese zodiac signs
生肖
Can chi

子（ね）[13]

mouse [rat] / 鼠 / tí

丑（うし）[14]

ox / 牛 / sửu

寅（とら）[15]

tiger / 虎 / dần

卯（う）[16]

rabbit / 兔 / mão

辰（たつ）[17]

dragon / 龙 / thìn

巳（み）[18]

snake / 蛇 / tị

午（うま）[19]

horse / 马 / ngọ

未（ひつじ）[20]

sheep / 羊 / mùi

申（さる）[21]

monkey / 猴 / thân

酉（とり）[22]

rooster / 鸡 / dậu

戌（いぬ）[23]

dog / 狗 / tuất

亥（い）[24]

boar / 猪 / hợi

🔊 011

29

日と週と月 ₁
ひ　しゅう　つき

weeks, days, and months / 月、星期、日 / tuần, ngày và tháng

日付の言い方 ₂
ひ　づけ　い　かた

How to say the date / 日期的读法 / cách nói ngày

2024 年 7月10日(水) ₃
にせんにじゅうよ　ねん　しち　がつ　とお　か　　すい

Wednesday, July 10, 2024 / 2024年 7月10日星期三 / Thứ Tư, ngày 10 tháng 7 năm 2024

週 ₄ しゅう
week / 星期 [周] / tuần

月曜日 ₅ げつ　よう　び
Monday / 星期一 / Thứ hai

日 ₆	月 ₇	火 ₈	水 ₉	木 ₁₀	金 ₁₁	土 ₁₂
にち	げつ	か	すい	もく	きん	ど
Sunday / 星期天 / Chủ nhật	Monday / 星期一 / Thứ hai	Tuesday / 星期二 / Thứ ba	Wednesday / 星期三 / Thứ tư	Thursday / 星期四 / Thứ năm	Friday / 星期五 / Thứ sáu	Saturday / 星期六 / Thứ bảy

月 ₁₃ つき
month / 月 / tháng

1月 ₁₄ いち　がつ	2月 ₁₅ に　がつ	3月 ₁₆ さん　がつ	4月 ₁₇ し　がつ
January / 一月 / tháng giêng	February / 二月 / tháng hai	March / 三月 / tháng ba	April / 四月 / tháng tư
5月 ₁₈ ご　がつ	6月 ₁₉ ろく　がつ	7月 ₂₀ しち　がつ	8月 ₂₁ はち　がつ
May / 五月 / tháng năm	June / 六月 / tháng sáu	July / 七月 / tháng bảy	August / 八月 / tháng tám
9月 ₂₂ く　がつ	10月 ₂₃ じゅう　がつ	11月 ₂₄ じゅういち　がつ	12月 ₂₅ じゅうに　がつ
September / 九月 / tháng chín	October / 十月 / tháng mười	November / 十一月 / tháng mười một	December / 十二月 / tháng mười hai

カレンダー 1

calendar / 日历 / lịch

2024 年7月

日	月	火	水	木	金	土
	1 ついたち 1日 2	2 ふつか 2日 3	3 みっか 3日 4	4 よっか 4日 5	5 いつか 5日 6	6 むいか 6日 7
7 なのか 7日 8	8 ようか 8日 9	9 ここのか 9日 10	10 とおか 10日 11	11 じゅういちにち 11日 12	12 じゅうににち 12日 13	13 じゅうさんにち 13日 14
14 じゅうよっか 14日 15	15 じゅうごにち 15日 16	16 じゅうろくにち 16日 17	17 じゅうしちにち 17日 18	18 じゅうはちにち 18日 19	19 じゅうくにち 19日 20	20 はつか 20日 21
21 にじゅういちにち 21日 22	22 にじゅうににち 22日 23	23 にじゅうさんにち 23日 24	24 にじゅうよっか 24日 25	25 にじゅうごにち 25日 26	26 にじゅうろくにち 26日 27	27 にじゅうしちにち 27日 28
28 にじゅうはちにち 28日 29	29 にじゅうくにち 29日 30	30 さんじゅうにち 30日 31	31 さんじゅういちにち 31日 32			

🔊 013

時計と時間
と　けい　　　　じ　かん

the clock and time / 时钟和时间 / đồng hồ và thời gian

基本的な時間の言い方
き　ほん　てき　　じ　かん　　い　　かた

How to say time in Japanese /
基本的时间表达方式 /
Cách nói thời gian cơ bản

午前 3
ご ぜん

morning [a.m.] /
上午 / buổi sáng

午後 4
ご ご

afternoon [p.m.] /
下午 / buổi chiều

10 時 45 分 5
じゅう　じ　　よんじゅうごふん

10:45 a.m. /10 点 45 分 / Mười giờ bốn mươi lăm

1 時間 = 60 分 6
いち じ　かん　　　ろくじゅっぷん

1 hour /1 个小时 /
1 giờ

60 minutes / 60 分钟 /
60 phút

1 分 = 60 秒 7
いっぷん　　　　ろくじゅうびょう

1 minute / 1 分钟 /
1 phút

60 seconds / 60 秒 /
60 giây

いろいろな時間 8
じ　かん

Talking about time in Japanese /
各种各样的时间 / những thời điểm khác nhau

午前 6 時 9
ご ぜん ろく じ

6 a.m. /
早上 6 点 /
6 giờ sáng

起きる 10
お

wake up / 起床 /
thức dậy

午前 7 時 11
ご ぜん しち じ

7 a.m. /
早上 7 点 /
7 giờ sáng

朝食をとる 12
ちょうしょく

have breakfast / 吃早餐 /
ăn sáng

午前 8 時 13
ご ぜん はち じ

8 a.m. /
上午 8 点 /
8 giờ sáng

会社 [学校] に行く 14
かいしゃ　　がっこう　　　い

go to work [school] / 去上班 [上学]/
đi làm [học]

午後 3 時 15
ご ご さん じ

3 p.m. /
下午 3 点 /
3 giờ chiều

おやつを食べる 16
た

have a snack / 吃下午茶 / ăn quà vặt

午後 5 時 17
ご ご ご じ

5 p.m. /
下午 5 点 /
5 giờ chiều

買いものをする 18
か

go shopping / 去购物 / đi mua sắm

午後 9 時 19
ご ご く じ

9 p.m. /
晚上 9 点 /
9 giờ tối

お風呂に入る 20
ふ　ろ　　はい

take a bath / 沐浴 / đi tắm

スマホの画面 21
<ruby>画面<rt>がめん</rt></ruby>

smartphone screen / 智能手机屏幕 / màn hình điện thoại thông minh

スマホのアラームをセットする 22

set your smartphone alarm / 设置智能手机的闹钟 / Đặt báo thức trên điện thoại thông minh

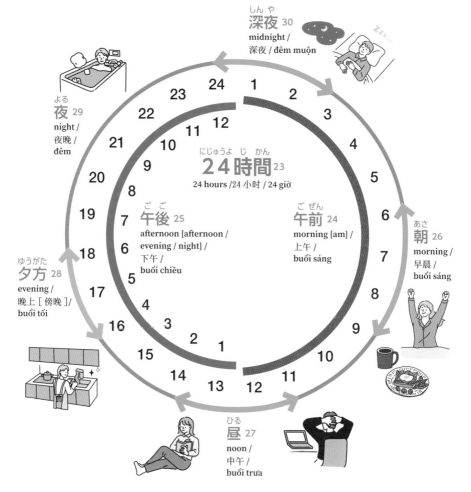

Part 2

深夜 30
<ruby>深夜<rt>しんや</rt></ruby>

midnight / 深夜 / đêm muộn

夜 29
<ruby>夜<rt>よる</rt></ruby>

night / 夜晚 / đêm

24 時間 23
<ruby>24時間<rt>にじゅうよじかん</rt></ruby>

24 hours / 24 小时 / 24 giờ

午後 25
<ruby>午後<rt>ごご</rt></ruby>

afternoon [afternoon / evening / night] / 下午 / buổi chiều

午前 24
<ruby>午前<rt>ごぜん</rt></ruby>

morning [am] / 上午 / buổi sáng

朝 26
<ruby>朝<rt>あさ</rt></ruby>

morning / 早晨 / buổi sáng

夕方 28
<ruby>夕方<rt>ゆうがた</rt></ruby>

evening / 晚上 [傍晚] / buổi tối

昼 27
<ruby>昼<rt>ひる</rt></ruby>

noon / 中午 / buổi trưa

33

数え方 ①
かぞ かた

How to count / 如何数数 / Cách đếm số

日本語には名詞の後ろにつけて、
に ほん ご めい し うし

数を表す言葉があります。
かず あらわ こと ば

The Japanese language has words that are added after nouns to indicate number.

在日语名词后加数量词的表达方式。

Trong tiếng Nhật, có những từ được thêm vào sau danh từ để biểu thị số.

こ
個 2

にち(か)
日 3

ほん(ぼん/ぽん)
本 4

さつ
冊 5

まい
枚 6

ちゃく
着 7

にん(り)
人 8

とう
頭 9

ひき(びき/ぴき)
匹 10

わ(ば/ぱ)
羽 11

はい(ばい/ぱい)
杯 12

つぶ
粒 13

パック 14

かん
貫 15

ちょう
丁 16

そく(ぞく)
足 17

だい
台 18

けん(げん)
軒 19

Part 3

季節と行事
きせつ ぎょうじ

seasons and events / 季节和活动 / mùa và sự kiện

ここでは日本の四季と月ごとの行事を
にほん しき つき ぎょうじ
みてみましょう。

Let's take a look at Japan's seasons and monthly events.
在此，我们将介绍日本的四季和每月的活动。
Trong phần này, chúng ta hãy cùng xem những sự kiện xảy ra theo
tháng và theo ở Nhật Bản.

1月・2月[冬]
いちがつ　にがつ　ふゆ

₁

January, February [winter] / 一月、二月 [冬季]/
Tháng một và tháng hai [Mùa đông]

正月 ₂
しょう がつ

New Year / 新年 /
Tết

元日 ₃
がんじつ

New Year's Day /
元旦 /
ngày đầu năm

三が日 ₄
さん　にち

January 1st - January 3rd /
1 月 1 日至 1 月 3 日 /
Ngày 1 tháng 1 đến ngày 3
tháng 1

1 JANUARY

SUN	MON	TUE	WED	THU	FRI	SAT
	1	2	3	4	5	6
7	8	9	10	11	12	13
14	15	16	17	18	19	20
21	22	23	24	25	26	27
28	29	30	31			

七草がゆ ₅
ななくさ

seven herb rice
porridge /
七草粥 / cháo bày
loại thảo mộc

おせち料理 ₇
りょう り

New Year's dishes / 年饭 [正月
料理]/ món ăn năm mới
[món Osechi]

にもの ₈

simmered dish / 炖菜 /
món hầm

おとそ ₆

otoso (spiced sake) /
屠苏酒 / otoso (sake gia vị)

鏡もち ₁₀
かがみ

kagami rice cake / 镜饼年糕 /
bánh gạo kaga

📖
[おせち料理]を食べる ₁₁
りょう り　　　　　　た

eat [osechi cuisine] / 吃 [年饭 [正月料理]] /
Ăn [món ăn năm mới [món Osechi]]

お年玉 ₉
とし だま

New Year's gift money / 压岁钱 / tiền mừng tuổi

はつ
初もうで 12　first shrine visit of the New Year / 新年去神社祈福 / Đi lễ đầu năm

せい じん　ひ
成人の日 13
Coming of Age Day / 成人日 / Ngày lễ thành nhân

Part 3

くり
栗きんとん 14
sweet chestnut paste / 栗金团 / Hạt dẻ nghiền

くろまめ
黒豆 15
sweet black soybeans / 甜黑豆 / đậu nành đen ngọt

かまぼこ 16
fish cake / 鱼糕 / chả cá

かず　こ
数の子 17
herring roe / 鲱鱼子 / trứng cá trích

た づく
田作り 18
candied sardines / 蜜饯沙丁鱼 / cá mòi kẹo

こうはく
紅白なます 19
pickled white radish and carrots / 腌白萝卜和胡萝卜 / củ cải trắng và cà rốt ngâm

に　がつ
2月 20
February / 二月 / Tháng Hai

にゅう がく　し　けん
入学試験 22
entrance examination / 入学考试 / kỳ thi tuyển sinh

せつ ぶん
節分 21
setsubun / 节分 / lập xuân
An event held the day before the first day of spring to drive away demons and usher in good fortune / 立春前一天举行的驱鬼活动，迎接新的一年。/ Sự kiện được tổ chức vào ngày trước ngày đầu tiên của mùa xuân nhằm xua đuổi ma quỷ và chào đón năm mới

さんがつ　しがつ　はる
3月・4月［春］

March, April [spring] / 三月、四月［春天］/ Tháng ba, tháng tư [mùa xuân]

卒業式 3
そつ ぎょう しき

graduation ceremony / 毕业典礼 /
lễ tốt nghiệp

ひな祭り 2
まつ

Doll's Festival / 娃娃节
［女儿节］/ Lễ hội búp bê

送別会 4
そう べつ かい

farewell party /
欢送会 /
tiệc chia tay

定年退職 5
てい ねん たい しょく

retirement /
退休 / nghỉ hưu

退職 6
たい しょく

resignation / 辞职 /
từ chức

転職 7
てん しょく

job change / 换工作［跳
槽］/ thay đổi công việc

転勤 8
てん きん

relocation / 工作调动 /
thuyên chuyển công tác

人事異動 9
じん じ い どう

personnel transfer /
人事变动 /
thay đổi nhân sự

🔊 017

（お）花見 10
<small>はな　み</small>
cherry blossom viewing /
賞花 / ngắm hoa anh đào

弁当 11
<small>べんとう</small>
boxed lunch / 盒饭 /
cơm hộp

シート 12
(picnic) sheet /
塑料布 / tấm ngồi

入学式 13
<small>にゅう がく しき</small>
entrance ceremony /
入学典礼 / lễ khai giảng

Part 3

小学校 14
<small>しょうがっこう</small>
primary [elementary]
school / 小学 /
trường tiểu học

中学校 15
<small>ちゅうがっこう</small>
middle [junior high] school /
小中 / trường trung học cơ
sở

高校 16
<small>こうこう</small>
high school / 高中 /
trường trung học phổ thông

[小学校] に入学する 17
<small>しょうがっこう　　　にゅうがく</small>
enter [primary school] / 入读 [小学] /
vào [tiểu học]

新入生 18
<small>しん にゅう せい</small>
first-year student /
新生 /
sinh viên mới

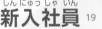

新入社員 19
<small>しん にゅう しゃ いん</small>
new employee / 新员工 /
nhân viên mới

新人 20
<small>しんじん</small>
fresh recruit / 新员工 /
nhân viên mới

新卒 21
<small>しんそつ</small>
recent graduate /
新毕业生 /
mới tốt nghiệp

歓迎会 22
<small>かんげいかい</small>
welcome party / 欢迎宴会 / tiệc chào mừng

[歓迎会] を行う 23
<small>かん げい かい　　　おこな</small>
hold a [welcome party] / 举办 [欢迎会] /
Tổ chức [tiệc chào mừng]

ゴールデンウィーク ₂

Golden Week / 黄金周 / Tuần lễ vàng

こどもの日 ₃

Children's Day / 儿童节 / ngày trẻ em

日本において、4月末から5月初めにかけて
祝日が重なった大型連休期間のこと。

A period of consecutive national holidays in Japan from the end of
April to early May

日本4月底至5月初的连续国定假日期间

Khoảng thời gian nghỉ lễ quốc gia liên tiếp ở Nhật Bản bắt đầu từ
cuối tháng 4 đến đầu tháng 5

旅行 ₄
trip / 旅行 / du lịch

国内旅行 ₅
domestic travel / 国内旅行 /
du lịch trong nước

海外旅行 ₆
overseas travel / 海外旅行 /
du lịch nước ngoài

渋滞 ₈
traffic jam / 交通阻塞 /
tắc đường

混雑 ₉
congestion / 拥挤 /
sự tắc nghẽn

旅行代理店 ₇
travel agency / 旅行社 /
đại lý du lịch

[ゴールデンウィーク] はどう過ごしますか? ₁₀

How will you spend [Golden Week] ? / 您打算如何度过 [黄金周] ? /
Bạn sẽ trải qua [Tuần lễ vàng] như thế nào?

衣がえ 11
ころも

reorganizing seasonal clothing /
换季衣物 / thay quần áo

冬もの 12
ふゆ

winter clothing /
冬季服装 /
trang phục mùa đông

長そで 13
なが

long sleeves / 长袖 /
áo dài tay

夏もの 14
なつ

summer clothing /
夏季服装 /
quần áo mùa hè

半そで 15
はん

short sleeves / 短袖 /
áo ngắn tay

Part 3

田植え 16
た　う

rice planting / 水稻种植 /
trồng lúa

若葉 17
わか　ば

fresh new leaves / 嫩叶 / lá non

梅雨 18
つ　ゆ

rainy season / 梅雨 /
mùa mưa

梅雨入り 19
つゆい

beginning of the rainy
season / 梅雨季开始 /
vào mùa mưa

かさ 20

umbrella /
雨伞 /
chiếc ô

レインコート 21

raincoat / 雨衣 / áo mưa

長ぐつ 22
なが

rain boots / 雨鞋 /
ủng đi mưa

梅雨明け（7月）23
つ　ゆ　あ

end of the rainy season
(July) / 梅雨季结束（七月）/
cuối mùa mưa (tháng 7)

しちがつ　はちがつ　なつ
7月・8月 [夏] 1

July, August [summer] / 七月、八月 [夏季] / Tháng 7, tháng 8 [mùa hè]

なつ やす
夏休み 2

summer vacation / 暑假 / kỳ nghỉ hè

しゅくだい
宿題 3

homework / 家庭作業 / bài tập về nhà

え にっき
絵日記 4

picture diary / 附有插图的日记 / nhật ký bằng hình ảnh

こん ちゅう さい しゅう
昆虫採集 5

insect collecting / 昆虫采集 / sưu tập côn trùng

プール 6　swimming pool / 游泳池 / hồ bơi

ゴーグル 8

goggles / 游泳镜 / kính bơi

むぎ　　　ぼうし
麦わら帽子 9

straw hat/ 草帽 / Mũ rơm

かい すい よく
海水浴 7

going to the beach / 海水浴 / tắm biển

ごおり
かき氷 14

shaved ice / 刨冰 / đá bào

すなはま
砂浜 10

sandy beach / 沙滩 / bãi cát

なみ
波 11

wave / 海浪 / sóng

みずぎ
水着 12

swimsuit / 泳装 / đồ bơi

パラソル 13

parasol / 阳伞 / dù che nắng

ひ や ど
日焼け止め 15

sunscreen / 防晒霜 / kem chống nắng

かい すい よく　　　い
[海水浴] に行く 16

go swimming at [the beach] / 去[海水浴] / đi [tắm biển]

帰省 17
（きせい）
homecoming / 返乡 / Về quê

飛行機 19
（ひこうき）
airplane / 飞机 / máy bay

新幹線 20
（しんかんせん）
bullet train [Shinkansen] / 新干线 / tàu cao tốc

予約 18
（よやく）
reservation / 预订 / sự đặt chỗ

満員 21
（まんいん）
fully reserved / 客满 / kín người

Part 3

お盆 22
（ぼん）
Obon / 盂兰盆节 / Lễ hội Bon

盆踊り 28
（ぼんおどり）
Bon festival dance / 盆舞 / múa bon

墓参り 23
（はかまいり）
visit someone's grave / 扫墓 / đi thăm mộ

先祖 24
（せんぞ）
ancestor / 祖先 / tổ tiên

墓 25
（はか）
grave / 坟 / phần mộ

ちょうちん 29
lantern / 灯笼 / đèn lồng

やぐら 30
raised stage / 瞭望塔 / tháp canh

浴衣 31
（ゆかた）
summer cotton kimono / 浴衣 / kimono mùa hè

下駄 32
（げた）
wooden clogs / 木屐 / guốc gỗ

ほうき 26
broom / 扫帚 / chổi

線香 27
（せんこう）
incense stick / 香 / hương

花火 33
（はなび）
fireworks / 烟花 / pháo hoa

U ターンラッシュ 34
（ゆう）
return rush / 返程高峰 / ùn tắc trên đường về

てん　き　よ　ほう　ず
天気予報図 3
weather forecast map / 天气预报图 / bản đồ dự báo thời tiết

台風情報

15日（金）21時
15日（金）9時
14日（木）21時
14日（木）9時
13日（水）21時
13日（水）9時

台風14号

勢力	非常に強い
方向・速さ	北北西 10km/h
中心気圧	925hPa
最大風速	40m/s
最大瞬間風速	60m/s

たい　ふう
台風 2
typhoon / 台风 / bão

ちゅうしん　き　あつ
中心気圧 4
central atmospheric pressure / 中心气压 / áp suất không khí trung tâm

ふう　そく　　　ごじゅう　めーとる
風速 [50] m 5
wind speed [50]m / 风速 [50] 米 / tốc độ gió[50]m

たい　ふう　　　しん　ろ
台風の進路 6
typhoon path / 台风路径 / đường đi của bão

たいふう　　　め
台風の目 7
eye of the typhoon / 台风眼 / mắt bão

ひ　がい
被害 8
damage / 损害 / hư hại

つき　み
月見 9
moon viewing / 赏月 / ngắm trăng

よる
夜 10
night / 夜晚 / đêm

すすき 11
Japanese pampas grass / 日本蒲苇 / cỏ pampas Nhật Bản

まん　げつ
満月 12
full moon / 满月 / trăng tròn

だんご 13
sweet dumpling / 团子 / bánh trôi nước

コオロギ 14
cricket / 蟋蟀 / dế

稲刈り 15
いね か

rice harvest / 收割水稻 / thu hoạch lúa

農家 16
のう か

farmer / 农民 / nông dân

田んぼ 17
た

rice field / 稲田 / ruộng lúa

トラクター 18

tractor / 拖拉机 / máy kéo

精米 19
せい まい

rice polishing / 精制大米 / xay gạo

新米 20
しん まい

new rice / 新米 / gạo mới

祭り 21
まつ

festival / 祭典 / lễ hội

みこし 22

portable shrine / 神轿 / kiệu rước

山車 23
だし

festival car (float) / 彩车 / xe kiệu kéo

太鼓 24
たい こ

drum / 太鼓 / cái trống

笛 25
ふえ

flute / 笛子 / sáo

七五三 26
しち ご さん

Shichi-go-san / 七五三 / Shichi-go-san

紅葉 27
こう よう

autumn leaves / 红叶 / lá đỏ

もみじ 28

Japanese maple / 枫叶 / lá phong

イチョウ 29

ginkgo / 银杏叶 / bạch quả

Japanese event celebrating the growth of children aged 7, 5, and 3 / 日本 7 岁生日、5 岁生日、3 岁生日、日本儿童成长纪念节日 / Một sự kiện thường niên ở Nhật Bản nhằm kỷ niệm sự trưởng thành của trẻ em 7, 5 và 3 tuổi.

じゅうにがつ　ふゆ
12月 [冬] 1

December [winter] / 十二月［冬季］/ Tháng mười hai [mùa đông]

クリスマス 2

Christmas / 圣诞节 / Giáng sinh

クリスマスツリー 3

Christmas tree / 圣诞树 /
cây thông giáng sinh

ケーキ 4

cake / 蛋糕 /
bánh ngọt

ローストチキン 5

roast chicken / 烤鸡 /
gà nướng

[クリスマスツリー] を飾る 7

decorate [a Christmas tree] / 装饰［圣诞树］/
Trang trí [cây thông nô en]

クリスマスプレゼント 6

Christmas gift /
圣诞礼物 /
quà Giáng sinh

その他の年末のイベント 8

other year-end events / 其他年终活动 /
sự kiện cuối năm khác

お歳暮 9

year-end gift /
年终礼物 / quà
tặng cuối năm

歳末大売り出し 10

year-end sale / 年终促销 /
giảm giá cuối năm

イルミネーション 11

illumination event /
灯饰装饰 /
trang trí chiếu sáng

募金箱

歳末助け合い 12

year-end donations /
年终互助 /
giúp đỡ nhau cuối năm

忘年会 13

year-end party / 年终晚会 /
Tiệc tất niên

年賀状を書く 14

write a New Year's card /
写新年贺卡 / viết thiệp năm mới

大掃除 15

<ruby>大<rt>おお</rt></ruby><ruby>掃<rt>そう</rt></ruby><ruby>除<rt>じ</rt></ruby>

big cleaning / 大扫除 /
Tổng vệ sinh

ガスコンロをきれいにする 16

clean the gas stove / 清洁煤气灶 /
làm sạch bếp gas

レンジフードを掃除する 17

<ruby>掃<rt>そう</rt></ruby><ruby>除<rt>じ</rt></ruby>

clean the vent cover / 清洁抽油烟机 /
làm sạch máy hút mùi

Part 3

エアコンの掃除をする 18

<ruby>掃<rt>そう</rt></ruby><ruby>除<rt>じ</rt></ruby>

clean the air conditioner / 清洁空调 /
làm sạch điều hòa

<ruby>畳<rt>たたみ</rt></ruby> をふく 19

wipe the tatami mats /
擦榻榻米 / lau thảm tatami

<ruby>窓<rt>まど</rt></ruby>ガラスをふく 20

wipe the window glass /
擦窗玻璃 /
lau kính cửa sổ

おせち<ruby>料理<rt>りょうり</rt></ruby>を<ruby>作<rt>つく</rt></ruby>る 21

make [osechi dishes] / 制作［御节料理］/làm món [osechi]

<ruby>浸<rt>ひた</rt></ruby>す 22
soak / 泡上 / ngâm

<ruby>洗<rt>あら</rt></ruby>う 23
wash / 洗 / rửa

<ruby>皮<rt>かわ</rt></ruby>をむく 24
peel / 剥（皮）/ bóc

<ruby>切<rt>き</rt></ruby>る 25
cut / 切 / cắt

<ruby>煮<rt>に</rt></ruby>る 26
stew [simmer] /
煮 / hầm

<ruby>炒<rt>いた</rt></ruby>める 27
stir fry / 翻炒 / xào

<ruby>焼<rt>や</rt></ruby>く 28
bake / 烤 / nướng

<ruby>混<rt>ま</rt></ruby>ぜ<ruby>合<rt>あ</rt></ruby>わせる 29
mix / 混合 / trộn

<ruby>重箱<rt>じゅうばこ</rt></ruby> 30
lacquered box /
漆盒 /hộp đựng
nhiều tầng sơn
mài

大晦日 31

<ruby>大<rt>おお</rt></ruby><ruby>晦<rt>み</rt></ruby><ruby>日<rt>そか</rt></ruby>

New Year's Eve / 除夕 /
Đêm giao thừa

<ruby>紅白歌合戦<rt>こうはくうたがっせん</rt></ruby> 33

Red & White Year-end Song
Festival / 红白歌会 / chương
trình ca nhạc cuối năm

<ruby>年越<rt>としこ</rt></ruby>しそば 32

New Year's Eve soba /
年夜［跨年］荞麦面 / mì Soba đêm giao thừa

<ruby>除夜<rt>じょや</rt></ruby>の<ruby>鐘<rt>かね</rt></ruby> 34

New Year's Eve bell /
除夕夜寺庙钟声 / tiếng
chuông đêm giao thừa

人の一生と冠婚葬祭 1

ひと いっしょう かんこんそうさい

a person's life and ceremonial occasions / 人的一生［寿命］和礼仪场合 / Cuộc đời một con người và các nghi lễ truyền thống (Quan hôn tang tế)

お宮参り 3
みやまいり

first shrine visit with a baby / 带满月宝宝参拜神社 / Ghé thăm một ngôi đền để cầu nguyện cho sự phát triển của bé

入学式 5
にゅうがくしき

entrance ceremony / 入学典礼 / lễ khai giảng

保育園・幼稚園 4
ほいくえん ようちえん

daycare, preschool [kindergarten] / 保育园 幼儿园 / trường mẫu giáo

小学校 6
しょうがっこう

primary school / 小学 / trường tiểu học

誕生 2
たんじょう

birth / 出生 / ra đời

親の介護 30
おや かいご

caring for one's parents / 照顾父母 / chăm sóc bố mẹ

葬儀 31
そうぎ

funeral / 葬礼 / tang lễ

退職 32
たいしょく

retirement / 退休 / sự nghỉ hưu

転職 29
てんしょく

career change / 换工作［跳槽］/ thay đổi công việc

昇進 28
しょうしん

promotion / 晋升 / thăng tiến

離婚 27
りこん

divorce / 离婚 / ly hôn

子育て 26
こ そだて

raising children / 育儿 / nuôi dạy con

入社 24
にゅうしゃ

joining a company / 加入公司 / gia nhập công ty

結婚式 25
けっこんしき

wedding / 婚礼 / lễ cưới

ちゅうがっこう
中学校 8
middle school
[junior high school] /
初中 /
trường trung học cơ sở

にゅうし
入試 12
entrance exam /
入学考试 /
kỳ thi tuyển sinh

しゅうがくりょこう
修学旅行 9
school trip /
学校组织的旅行 /
chuyến tham quan
học tập học tập

ごうかくはっぴょう
合格発表 13
announcement of exam
results / 发榜 /
công bố kết quả

Part
3

そつぎょうしき
卒業式 7
graduation ceremony /
毕业典礼 / lễ tốt nghiệp

べんきょう
勉強 10
study / 学习 /
học

じゅく
塾 11
cram school /
补习班 /
trường luyện thi

こうこう
高校 14
high school [senior high school] /
高中 /
trung học phổ thông

かつどう
クラブ活動 15
club activities / 社团活动 /
câu lạc bộ hoạt động

せいじんしき
成人式 16
Coming of Age ceremony /
成人礼 /
lễ trưởng thành

ろうご
老後 33
old age / 老年 / tuổi già

アルバイト 17
part-time job / 打工 /
công việc làm thêm

だいがく
大学 18
college [university] /
大学 /
tuyển sinh đại học

せんもんがっこう
専門学校 19
vocational school /
职业学校 /
trường dạy nghề

そつぎょう
卒業 22
graduation / 毕业 /
tốt nghiệp đại học

しゅうしょく
就職 23
getting a job / 找工作 /
tìm việc

りゅうがく
留学 20
study abroad /
出国留学 /
du học

しんがく
進学 21
further education /
升学 /
học lên

49

国民の祝日 ①
こく みん しゅく じつ

national holidays in Japan / 日本法定休假日 /
Những ngày lễ toàn quốc

元日 1月1日 ②
がんじつ　いちがつついたち

New Year's Day - January 1 /
元日 - 1月1日 / Ngày Mồng 1 Tết - 1 tháng 1

成人の日 1月の第2月曜日 ③
せいじん ひ　いちがつ だいにげつようび

Coming of Age Day - second Monday of January /
成人节 - 1月的第二个星期一 / Lễ thành nhân– Ngày thứ
hai tuần thứ hai của tháng 1

建国記念の日 2月11日 ④
けんこく き ねん ひ　にがつじゅういちにち

National Foundation Day - February 11 /
建国纪念日 - 2月11日 /
Ngày Quốc khánh - 11 tháng 2

天皇誕生日 2月23日 ⑤
てんのうたんじょうび　にがつにじゅうさんにち

Emperor's Birthday - February 23 /
天皇诞辰日 - 2月23日 /
Ngày sinh nhật Nhật hoàng – 23 tháng 2

春分の日 3月20日か21日 ⑥
しゅんぶん ひ　さんがつ はつか にじゅういちにち

Vernal Equinox Day - March 20 or 21 /
春分（节）- 3月20日或3月21日 /
Ngày xuân phân - 20 hoặc 21 tháng 3

昭和の日 4月29日 ⑦
しょうわ ひ　し がつにじゅうく にち

Showa Day - April 29 / 昭和日 - 4月29日 /
Ngày Chiêu Hòa– 29 tháng 4

憲法記念日 5月3日 ⑧
けんぽう き ねん び　ご がつみっか

Constitution Memorial Day - May 3 /
宪法纪念日 - 5月3日 /
Ngày Tưởng niệm Hiến pháp - 3 tháng 5

みどりの日 5月4日 ⑨
ひ　ご がつよっか

Greenery Day - May 4 /
绿之日 - 5月4日 / Ngày Cây xanh - 4 tháng 5

こどもの日 5月5日 ⑩
ひ　ご がついつか

Children's Day - May 5 /
儿童节 - 5月5日 /
Ngày thiếu nhi – 5 tháng 5

海の日 7月の第3月曜日 ⑪
うみ ひ　しちがつ だいさんげつよう び

Marine Day - third Monday of July /
海之日 - 7月的第三个星期一 / Ngày của
biển- Ngày thứ hai tuần thứ ba của tháng 7

山の日 8月11日 ⑫
やま ひ　はち がつじゅういちにち

Mountain Day - August 11 /
山之日 - 8月11日 /
Ngày của Núi – 11 tháng 8

敬老の日 9月の第3月曜日 ⑬
けいろう ひ　く がつ だいさんげつようび

Respect for the Aged Day - third Monday of
September / 敬老节 - 9月的第三个星期一 /
Ngày kính lão Ngày thứ hai tuần thứ ba tháng 9

秋分の日
しゅうぶん ひ

9月22日か23日 ⑭
く がつにじゅうににち にじゅうさんにち

Autumnal Equinox Day - September 22 or 23 /
秋分（节）- 9月22日或9月23日 /
Thu phân - 22 hoặc 23 tháng 9

スポーツの日
じゅうがつ だいにげつようび

10月の第2月曜日 ⑮

Sports Day - second Monday of October /
体育节 - 10月的第二个星期一 / Ngày Thể
thao - Ngày thứ hai của tuần thứ hai tháng 10

文化の日 11月3日 ⑯
ぶん か ひ　じゅういち がつ みっか

Culture Day - November 3 / 文化节 –
11月3日 / Ngày Văn hóa - 3 tháng 11

勤労感謝の日 11月23日 ⑰
きんろうかんしゃ ひ　じゅういち がつにじゅうさんにち

Labor Thanksgiving Day - November 23 /
勤劳感谢日 - 11月23日 /
Ngày Tạ ơn lao động - 23 tháng 11

Part 4

体と体の動き
からだ　　からだ　　うご

body and movements / 身体和身体动作 /
Cơ thể và chuyển động của cơ thể

ここでは顔や体とその動きを使った表現を
みてみましょう。

Let's look at expressions using the face, body, and their movements.
在这里，我们来学习面部表情以及身体动作的表达方式。
Chúng ta hãy cùng xem các cách diễn đạt sử dụng khuôn mặt, cơ thể và
sự chuyển động của chúng

かお
顔 1
face / 脸 / mặt

まゆ (げ) 2
eyebrow / 眉毛 / lông mày

ひたい 3
forehead / 额头 / trán

かみ け
髪 (の毛) 4
hair / 头发 / tóc

まぶた 5
eyelid / 眼皮 / mí mắt

め
目 6
eye / 眼睛 / mắt

ひとみ
瞳 7
pupil / 瞳孔 / con ngươi

まつげ 8
eyelashes / 睫毛 / mi mắt

はな
鼻 9
nose / 鼻子 / mũi

ほお 10
cheek / 脸颊 / má

くち
口 11
mouth / 嘴 / miệng

みみ
耳 16
ear / 耳朵 / tai

くちびる 15
lip / 嘴唇 / môi

は
歯 14
tooth(teeth) / 牙齿 / răng

した
舌 13
tongue / 舌头 / lưỡi

あご 12
chin / 下巴 / cái cằm

め
[目] がきれいだ 17
You have beautiful [eyes]. / 漂亮的 [眼睛]。/ [đôi mắt] đẹp.

て あし
手足 1

limbs / 手脚 / tay và chân

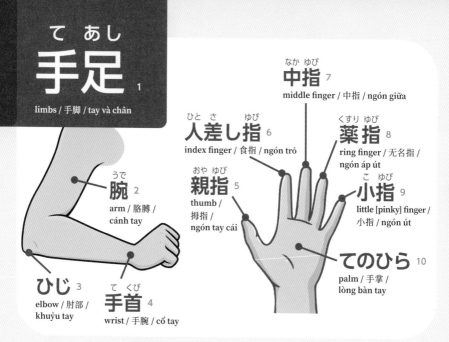

中指 7
middle finger / 中指 / ngón giữa

人差し指 6
index finger / 食指 / ngón trỏ

薬指 8
ring finger / 无名指 /
ngón áp út

腕 2
arm / 胳膊 /
cánh tay

親指 5
thumb /
拇指 /
ngón tay cái

小指 9
little [pinky] finger /
小指 / ngón út

ひじ 3
elbow / 肘部 /
khuỷu tay

手首 4
wrist / 手腕 / cổ tay

てのひら 10
palm / 手掌 /
lòng bàn tay

Part
4

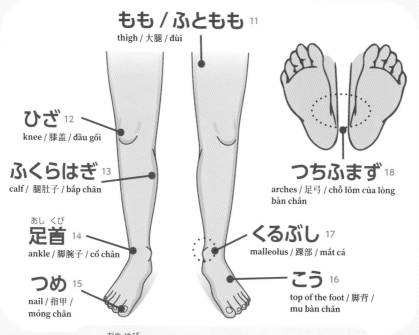

もも / ふともも 11
thigh / 大腿 / đùi

ひざ 12
knee / 膝盖 / đầu gối

ふくらはぎ 13
calf / 腿肚子 / bắp chân

足首 14
ankle / 脚腕子 / cổ chân

つめ 15
nail / 指甲 /
móng chân

つちふまず 18
arches / 足弓 / chỗ lõm của lòng
bàn chân

くるぶし 17
malleolus / 踝部 / mắt cá

こう 16
top of the foot / 脚背 /
mu bàn chân

おや ゆび
[親指]をケガした 19

I hurt my [thumb]. / [拇指]受伤。/ Tôi bị thương [ở ngón tay cái].

体の外側と内側

からだ　そとがわ　うちがわ

outside and inside of the body / 身体的外側及内側 / bên ngoài và bên trong cơ thể

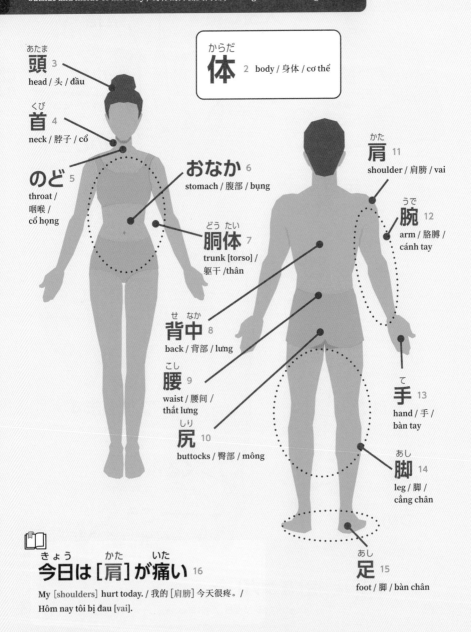

体 2　body / 身体 / cơ thể
からだ

頭 3
あたま
head / 头 / đầu

首 4
くび
neck / 脖子 / cổ

のど 5
throat / 咽喉 / cổ họng

おなか 6
stomach / 腹部 / bụng

胴体 7
どう たい
trunk [torso] / 躯干 /thân

背中 8
せ なか
back / 背部 / lưng

腰 9
こし
waist / 腰间 / thắt lưng

尻 10
しり
buttocks / 臀部 / mông

肩 11
かた
shoulder / 肩膀 / vai

腕 12
うで
arm / 胳膊 / cánh tay

手 13
て
hand / 手 / bàn tay

脚 14
あし
leg / 脚 / cẳng chân

足 15
あし
foot / 脚 / bàn chân

今日は [肩] が痛い 16
きょう　かた　いた

My [shoulders] hurt today. / 我的 [肩膀] 今天很疼。 /
Hôm nay tôi bị đau [vai].

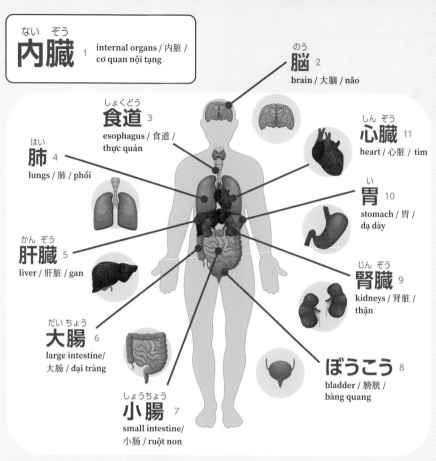

内臓
ない ぞう
1 internal organs / 内脏 / cơ quan nội tạng

脳
のう
2 brain / 大脑 / não

食道
しょくどう
3 esophagus / 食道 / thực quản

肺
はい
4 lungs / 肺 / phổi

心臓
しん ぞう
11 heart / 心脏 / tim

胃
い
10 stomach / 胃 / dạ dày

肝臓
かん ぞう
5 liver / 肝脏 / gan

腎臓
じん ぞう
9 kidneys / 肾脏 / thận

大腸
だい ちょう
6 large intestine/ 大肠 / đại tràng

ぼうこう
8 bladder / 膀胱 / bàng quang

小腸
しょうちょう
7 small intestine/ 小肠 / ruột non

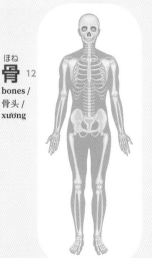

骨
ほね
12 bones / 骨头 / xương

筋肉
きん にく
13 muscles / 肌肉 / cơ bắp

からだ うご
体の動き 1

body movements / 身体动作 / động tác cơ thể

か
書く 3
write / 写 / viết

手にかかわる動詞 2
どう し

verbs for the hands / 与手有关的动词 / Động từ liên quan đến tay

えが
描く 4
draw / 画 / vẽ

て あら
手を洗う 5
wash one's hands / 洗手 /
rửa tay

も
持つ 6
have, hold / 拿 / cầm, nắm

つ
摘む 7
pick, pluck /
采摘 / hái, ngắt

つかむ 9
grasp / 抓住 / nắm

さ
指す 8
point / 指 / chỉ

なに も
何を [持って] いるの? 10

What do you [have] (are you [holding])? / 你[拿着]什么? / Đang [cầm] gì trong tay vậy?

たたく 12
hit / 打 / dánh

投(な)げる 11
throw / 投 / ném

足(あし)にかかわる動詞(どうし) 13
verbs for the feet and legs / 与脚有关的动词 /
Động từ liên quan đến chân

歩(ある)く 14
walk / 走 / đi bộ

走(はし)る 15
run / 跑 / chạy

踏(ふ)む 16
step (on) / 踩 / đạp

蹴(け)る 17
kick / 踢 / đá

跳(と)ぶ 18
jump / 跳 / nhảy

顔のパーツを使った慣用表現 ①

かお　　　　　　　　　　　　　つか　　　　　かん　よう　ひょう　げん

idiomatic expressions using facial features / 带有面部特征的习惯用语 / Các cách nói sử dụng các bộ phận trên khuôn mặt

日本語には人の顔や体のパーツを使った表現がいくつもあります。
ここでは顔のパーツを使った表現をみてみましょう。

The Japanese language has common expressions that include words for body parts. Let's learn some. /
日语中常用的面部表情和身体部位的表现词语。下面我们来看看面部表情的词语。/
Trong tiếng Nhật, có những cách diễn đạt sử dụng khuôn mặt và bộ phận cơ thể của con người.Chúng ta hãy
xem các cách nói sử dụng các bộ phận trên khuôn mặt nhé.

頭 2
head / 头 / Đầu

頭に来た＝怒りが急に来た 3
I suddenly got angry. / 突然生气 /
tức giận đột ngột

頭がいい＝りこうだ 4
intelligent [clever] / 聪明 /
thông minh

目 5
eyes / 眼睛 / Mắt

目が高い
＝良いものがわかる 6
having good taste, being discerning /
有品位，鉴别力 /
Có mắt nhìn.

鼻 7
nose / 鼻子 / Mũi

鼻がまがる＝ひどい匂いがする 8
smell terrible / 有难闻的味道 /
Mùi khó chịu, mùi hôi

鼻にかける＝じまんしていばる 9
boast, show off / 吹嘘，炫耀 /
Tự hào, tự mãn

顔 10
face / 脸 / Mặt

顔を出す、顔を見せる＝誰か
を訪ねる、集まりに出かける 11
visit someone, attend a gathering /
拜访某人，参加集会 /
Xuất hiện, tham gia

耳 12
ear(s) / 耳朵 / Tai

耳が遠い＝耳がよく聞こえない 13
having poor hearing / 听力不好 / Lãng tai

口 14
mouth / 嘴巴 / Miệng

口がかたい＝秘密などを
かんたんにもらさない 15
good at keeping secrets /
不轻易泄露秘密，嘴严 /
Kín miệng

口がうまい＝上手な話で
人をその気にさせる 16
persuasive / 会说话 /
Dẻo miệng

首 17
neck / 脖子 / Cổ

首をひねる＝疑う 18
doubt / 怀疑 / Nghi ngờ

クビになる＝解雇される 19
get fired / 被解雇 / Bị sa thải

Part 5

私と家族と家
わたし　　かぞく　　いえ

me, my family, and my house / 我、家人和我的家 /
Tôi, gia đình và nhà

ここでは自分にいちばん身近な家族や住む家を
じぶん　　　　　　　みぢか　かぞく　す　いえ
中心にみてみましょう。
ちゅうしん

Let's focus on your family and where you live.
在这里，让我们把重点放在您的家人和您居住的房子上。
Ở đây, hãy tập trung vào các thành viên trong gia đình và ngôi nhà gần gũi nhất
với chúng ta.

家族と私 1
かぞく　わたし

my family and I / 家人和我 / Gia đình và tôi

家族 2
かぞく

family / 家庭 / gia đình

両親 5
りょうしん

parents / 父母 / cha mẹ

祖父 3
そふ
おじいさん

grandfather / 爷爷 / ông

祖母 4
そぼ
おばあさん

grandmother / 奶奶 / bà

父 6
ちち
おとうさん

father / 爸爸 / bố

母 7
はは
おかあさん

mother / 妈妈 / mẹ

私 8
わたし

I, me, myself / 我 / tôi

兄 9
あに
おにいさん

older brother /
哥哥 / anh trai

姉 10
あね
おねえさん

older sister /
姐姐 / chị gái

弟 11
おとうと

younger brother /
弟弟 / em trai

妹 12
いもうと

younger sister /
妹妹 / em gái

長男 13
ちょうなん

oldest son /
长子 / con trai cả

長女 14
ちょうじょ

oldest daughter /
长女 / con gái cả

次男 15
じなん

second son / 次子 /
thứ nam

次女 16
じじょ

second daughter /
次女 / thứ nữ

三男 17
さんなん

third son / 三子 /
con trai thứ ba

ファミリーツリー 1

family tree / 家谱 / phả hệ

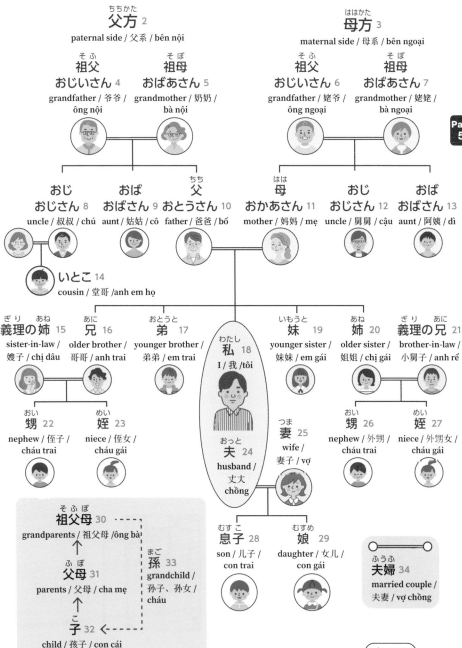

父方 2
paternal side / 父系 / bên nội

母方 3
maternal side / 母系 / bên ngoại

祖父 おじいさん 4
grandfather / 爷爷 / ông nội

祖母 おばあさん 5
grandmother / 奶奶 / bà nội

祖父 おじいさん 6
grandfather / 姥爷 / ông ngoại

祖母 おばあさん 7
grandmother / 姥姥 / bà ngoại

おじ おじさん 8
uncle / 叔叔 / chú

おば おばさん 9
aunt / 姑姑 / cô

父 おとうさん 10
father / 爸爸 / bố

母 おかあさん 11
mother / 妈妈 / mẹ

おじ おじさん 12
uncle / 舅舅 / cậu

おば おばさん 13
aunt / 阿姨 / dì

いとこ 14
cousin / 堂哥 / anh em họ

義理の姉 15
sister-in-law / 嫂子 / chị dâu

兄 16
older brother / 哥哥 / anh trai

弟 17
younger brother / 弟弟 / em trai

私 18
I / 我 /tôi

妹 19
younger sister / 妹妹 / em gái

姉 20
older sister / 姐姐 / chị gái

義理の兄 21
brother-in-law / 小舅子 / anh rể

甥 22
nephew / 侄子 / cháu trai

姪 23
niece / 侄女 / cháu gái

夫 24
husband / 丈夫 chồng

妻 25
wife / 妻子 / vợ

甥 26
nephew / 外甥 / cháu trai

姪 27
niece / 外甥女 / cháu gái

祖父母 30
grandparents / 祖父母 /ông bà

↑

父母 31
parents / 父母 / cha mẹ

↑

子 32
child / 孩子 / con cái

孫 33
grandchild / 孙子、孙女 / cháu

息子 28
son / 儿子 / con trai

娘 29
daughter / 女儿 / con gái

夫婦 34
married couple / 夫妻 / vợ chồng

🔊 031   61

家と間取り 1

home and floor plan / 家和房屋格局 / Nhà và sơ đồ nhà

アパートやマンション 2

apartment or condo / 轻量铁骨低层公寓和高层公寓 / chung cư và căn hộ cao cấp

2LDK 3
にーえるでぃーけい

two-bedroom apartment / 两室一厅 / 2 phòng ngủ

玄関 4
げん　かん

entrance / 玄关 /lối vào

トイレ 5

toilet / 厕所 / nhà vệ sinh

寝室 8
しん　しつ

bedroom / 卧室 / phòng ngủ

ひと部屋 11
へ　や

one room / 一间房间 / một phòng

バス 6

bathroom / 浴室 / phòng tắm

ふた部屋 12
へ　や

two rooms / 两个房间 / hai phòng

キッチン 7
(K)

kitchen / 厨房 / nhà bếp

リビング 9 **(L)**

living room / 客厅 /phòng khách

ダイニング 10 **(D)**

dining room/ 饭厅 /phòng ăn

ベランダ 13

balcony / 阳台 /ban công

1K 14
わんけい

1K /1K/1K

1DK 15
わんでぃーけい

1DK / 1DK/1DK

1LDK 16
わんえるでぃーけい

one-bedroom apartment / 一室一厅 / 1 phòng ngủ

一戸建ての家 17
いっ こ だ て の いえ

detached house / 独栋小楼 / căn nhà riêng

平屋 18
ひら や

sone-story [single-story]
house / 平房 /
nhà một tầng

2 階建て 19
に かい だ て

two-story house /
双层建筑 / nhà hai tầng

方角 20
ほう がく

directions / 方向 / hướng

北 21
きた

north / 北 / Bắc

西 24
にし

west / 西 /
Tây

東 22
ひがし

east / 东 /
Đông

南 23
みなみ

south / 南 / Nam

Part 5

2 階 (2F) 25
に かい

2nd floor (2F) / 二楼（2F）/ tầng 2 (2F)

1 階 (1F) 26
いっ かい

1st floor (1F) / 一楼（1F）/ tầng 1 (1F)

階段 27
かい だん

stairs / 楼梯 /
cầu thang

ここは [私の部屋] です 28
わたし   へ や

This is [my room]. / 这是 [我的房间]。/ Đây là [phòng của tôi].

台所 ₁

だい どころ

kitchen / 厨房 / nhà bếp

棚 ₉

たな

cabinet / 橱柜 / kệ

台所の電気製品 ₂

だい どころ でん き せい ひん

kitchen appliances / 厨房电器 / thiết bị điện tử trong nhà bếp

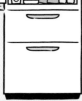

流し ₁₀

なが

sink / 水槽 / bồn rửa

冷蔵庫 ₃

れい ぞう こ

refrigerator /
冰箱 / tủ lạnh

炊飯器 ₄

すい はん き

rice cooker / 电饭煲 /
nồi cơm điện

電子レンジ ₅

でん し

microwave / 微波炉 / lò vi sóng

オーブン
トースター ₆

toaster oven / 烤箱 / lò nướng

食洗機 ₇

しょく せん き

dishwasher / 洗碗机 /
máy rửa bát

ミキサー ₈

blender / 搅拌器 /
máy xay

レンジフード 11
range hood / 抽油烟机 / máy hút mùi

ガスコンロ 12
gas stove / 燃气灶 / bếp gas

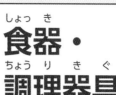

食器・調理器具など 13
しょっき ちょうりきぐ
tableware and cookware / 餐具和炊具 /
bát đĩa và đồ nấu nướng

Part 5

ご飯茶わん 14
はんぢゃ
rice bowl / 饭碗 / bát cơm

おわん 15
soup bowl / 汤碗 / bát

はし置き 16
お
chopstick(s) rest / 筷子支架 / kê đũa

はし 17
chopsticks / 筷子 / đũa

フライパン 18
frying pan / 平底锅 /
chảo

ピーラー 19
peeler / 削皮器 /
dao bào vỏ

おたま 20
ladle / 勺子 /
cái muỗng-cái vá

フライ返し 21
がえ
spatula / 炒菜铲 /
bàn xẻng

スプーン 22
spoon / 小勺子 / thìa

フォーク 23
fork / 叉子 / nĩa

ナイフ 24
knife / 刀子 / dao

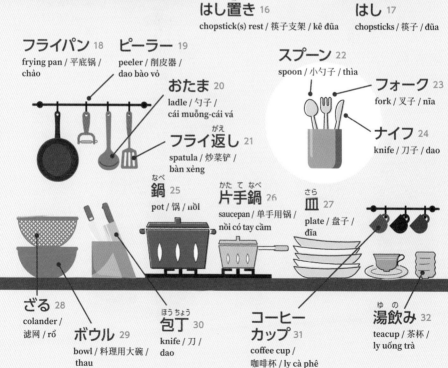

鍋 25
なべ
pot / 锅 / nồi

片手鍋 26
かたてなべ
saucepan / 单手用锅 /
nồi có tay cầm

皿 27
さら
plate / 盘子 /
đĩa

ざる 28
colander /
滤网 / rổ

ボウル 29
bowl / 料理用大碗 /
thau

包丁 30
ほうちょう
knife / 刀 /
dao

コーヒーカップ 31
coffee cup /
咖啡杯 / ly cà phê

湯飲み 32
ゆの
teacup / 茶杯 /
ly uống trà

65

ダイニングと食事 ¹

dining and meals / 餐饮和饭菜 / Phòng ăn và bữa ăn

テーブル 2
table / 餐桌 / bàn ăn

ご飯 3
rice / 米饭 / cơm

味噌汁 4
miso soup / 味噌汤 / súp miso

しょうゆ 5
soy sauce / 酱油 / xì dầu

焼き魚 8
grilled fish / 烤鱼 / cá nướng

なっとう 9
natto [fermented soybeans] / 纳豆 / đậu natto (đậu nành lên men)

サラダ 6
salad / 沙拉 / sa lát

サラダドレッシング 7
salad dressing / 沙拉酱 / sốt salad

食器棚 10
cupboard (for dishes) / 餐具橱 / tủ bát đĩa

弁当箱 12
bento (box) / 便当盒 / hộp cơm hộp

皿 11
dish / 盘子 / món ăn

おかず 13
side dishes / 小菜 / đồ ăn

リビング 1

living room / 客厅 / phòng khách

しょうめい / ライト 4

lighting/light(s) / 灯具 / ánh sáng / Đèn

エアコン 2

air conditioner / 空调 / máy điều hòa không khí

エアコンのリモコン 3

air conditioner remote(control) / 空调遥控器 / điều khiển máy lạnh

テレビ 5

TV[television] / 电视 / truyền hình

テレビの リモコン 6

TV remote (control) / 电视遥控器 / điều khiển TV

クッション 7

cushion / 软垫 / cái đệm

ソファ 8

sofa / 沙发 / ghế sofa

かんようしょくぶつ 観葉植物 9

houseplant / 观赏植物 / cây cảnh

テーブル 10

table / 桌子 / bàn

カーペット 11

carpet [rug] / 地毯 / thảm

ばこ ゴミ箱 12

trash can / 垃圾桶 / thùng rác

トイレ 1

toilet / 厕所 / nhà vệ sinh

おん すい せんじょうべん ざ
温水洗浄便座 2
heated bidet seat /
暖水坐便器 /
ghế vệ sinh có sưởi ấm

ふた 3
toilet lid / 马桶盖 /
nắp bồn cầu

水洗用レバー 8
lever for flushing /
冲洗杆 /
Đòn bẩy để xả nước

べん き
便器 4
toilet bowl / 马桶 / bồn cầu

べん ざ
便座 5
toilet seat / 马桶座 / nắp ngồi

トイレットペーパー 6
toilet paper / 卫生纸 / giấy vệ sinh

マット 7
toilet mat / 踏垫 /
thảm vệ sinh

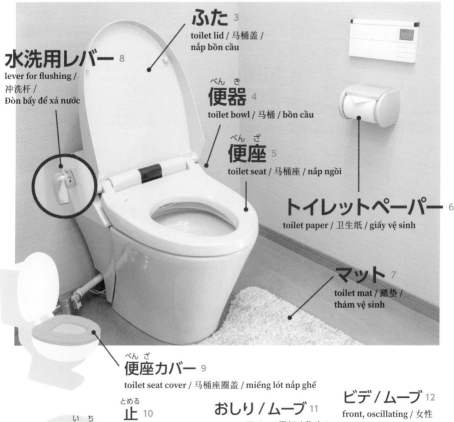

べん ざ
便座カバー 9
toilet seat cover / 马桶座圈盖 / miếng lót nắp ghế

とめる
止 10
stop / 停止 / dừng lại

おしり / ムーブ 11
rear, oscillating / 臀部 / 移动 /
đít, di chuyển

ビデ / ムーブ 12
front, oscillating / 女性
用清洗、移动 / bệt, di
chuyển

いち
ノズル位置 13
wash position / 喷头位置
/ vị trí phun

まえ
前 14
front / 前 / phía trước

うしろ
後 15
rear / 后 / phía sau

おん ど
温度 19
water temperature /
温度 / nhiệt độ

てい
低 20
low / 低 / thấp

こう
高 21
high / 高 / cao

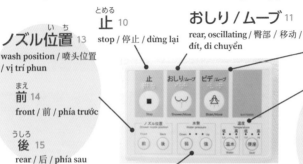

すいせい
水勢 16
water pressure /
水势 / áp lực nước

じゃく
弱 17
low / 弱 /
yếu

きょう
強 18
high / 强 /
mạnh

浴室 よく しつ 1

bathroom / 浴室 / phòng tắm

(浴槽の) ふた よくそう 2

(bathtub) cover / 浴缸盖 / nắp bồn tắm

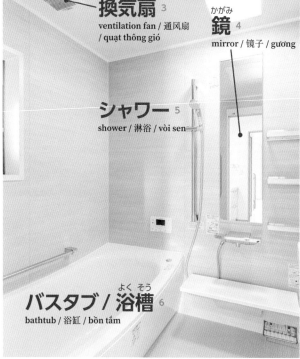

換気扇 かん き せん 3

ventilation fan / 通风扇 / quạt thông gió

鏡 かがみ 4

mirror / 镜子 / gương

シャワー 5

shower / 淋浴 / vòi sen

洗面器 せんめん き 7

basin / 洗脸盆 / chậu rửa mặt

バスチェア /
風呂いす ふ ろ 8

bath chair / 浴椅 / ghế tắm

バスタブ / 浴槽 よく そう 6

bathtub / 浴缸 / bồn tắm

Part 5

ボディータオル 9

washcloth / 浴巾 / khăn tắm

手おけ て 10

bucket / 水桶 / ca múc nước

石けん せっ 11

soap / 香皂 / xà phòng

入浴剤 にゅうよく ざい 12

bath additive [bath product] / 入浴剂 / muối tắm bồn

ボディーシャンプー 13

body wash / 沐浴露 / sữa tắm

シャンプー 14

shampoo / 洗发液 / dầu gội

コンディショナー 15

conditioner / 护发素 / dầu xả

🔊 037   69

洗面所 ₁

せんめんじょ
洗面所 ₁
bathroom sink / 卫生间［洗脸池］/
phòng tắm, bồn rửa mặt

かがみ
鏡 ₂
mirror / 镜子 / gương

タオル ₃
towel / 毛巾 / khăn

シンク ₄
sink / 洗脸盆 / bồn rửa

はみがこ
歯磨き粉 ₅
toothpaste / 牙膏 /
kem đánh răng

は
歯ブラシ /
でんどうは
電動歯ブラシ ₆
toothbrush / electric toothbrush /
牙刷 / 电动牙刷 / bàn chải đánh
răng / bàn chải đánh răng điện

ハンドソープ ₇
hand soap / 洗手液 /
Xà phòng rửa tay

コンセント ₈
(electric) outlet /
插座 / ổ cắm

くし ₉
comb / 梳子 /
lược

ブラシ ₁₀
brush / 刷子 /
bàn chải

けしょうすい
化粧水 ₁₁
toner, astringent /
化妆水
/nước hoa hồng

にゅうえき
乳液 ₁₂
lotion /
乳液 /
kem dưỡng da

かみそり ₁₃
razor / 剃须刀 / dao cạo
râu

シェービングクリーム ₁₄
shaving cream / 剃须膏 / kem cạo râu

ヘアドライヤー ₁₅
hair dryer / 吹风机 / máy sấy tóc

洗濯機置き場 1
せんたくきおば

laundry area / 洗衣机存放区 / khu vực giặt đồ

乾燥機 2
かんそうき

dryer / 烘干机 / máy sấy

洗濯物入れ 3
せんたくものい

laundry basket /
洗衣篮 /
giỏ đựng quần áo

洗濯乾燥機 4
せんたくかんそうき

washer-dryer / 洗烘一体机 / máy giặt sấy

洗剤 6
せんざい

detergent / 洗衣液 /
bột giặt

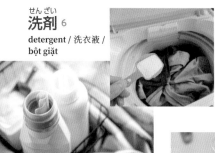

全自動洗濯機 5
ぜんじどうせんたくき

fully automatic washing machine / 全自
动洗衣机 / máy giặt tự động hoàn toàn

柔軟剤 7
じゅうなんざい

fabric softener / 衣物柔顺剂
/chất làm mềm vải

洗濯ばさみ 8
せんたく

clothespins / 晾衣夹 /
kẹp phơi đồ

洗濯ハンガー 9
せんたく

hanger / 衣架 /
móc phơi đồ

[乾燥機] を使う 10
かんそうき　つか

use [a dryer] / 使用[烘干机] /
sử dụng [máy sấy]

わ しつ
和室 1

Japanese-style room / 和室 /
phòng kiểu Nhật

とこ ま
床の間 2

tokonoma (alcove) /
置物席 / góc bài trí
tokonoma

い ばな
生け花 3

ikebana (flower
arrangement) / 插花 /
cắm hoa nghệ thuật (ikebana)

か じく
掛け軸 4

hanging scroll / 挂画 /
tranh cuộn treo tường

ふすま 5

fusuma (sliding door) /
分隔房间用推拉门 / cửa trượt fusuma

しょう じ
障子 6

shoji screen / 纸质拉门拉门 /
màn trúc shoji

たたみ 7

tatami mat / 榻榻米 /
chiếu tatami

まくら
枕 8

pillow / 枕头 / gối

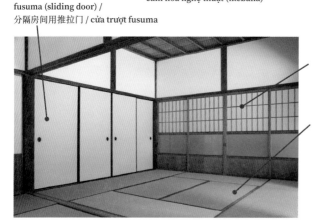

しきぶとん 9

futon /
褥子 /nệm trải

シーツ 10

sheet / 床单 /
ga trải giường

かけぶとん 11

blanket [comforter] / 被子 /
chăn phủ

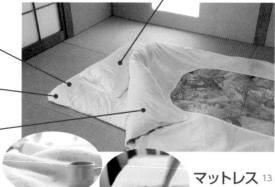

もう ふ
毛布 12

blanket / 毯子 /
chăn lông

マットレス 13

mattress / 床垫 /
nệm

こたつ 14

kotatsu [heated table] /
被炉 / bàn sưởi/ bàn sưởi
kotatsu

ざ
座いす 16

floor chair /
和式坐椅 /
ghế ngồi

ざぶとん 15

zabuton[floor cushion]/
坐垫 / đệm ngồi

お い
押し入れ 17

Japanese-style closet / 壁橱 / tủ âm tường

ようしつ
洋室 1

western-style room / 洋室 / phòng kiểu Âu

ドア 2

door / 门 / cửa

窓 3
まど

window / 窗户 / cửa sổ

ハンガーラック 6

coat rack / 立式衣架 [衣帽架] / giá treo

電気スタンド 4
でんき

desk lamp / 台灯 /đèn bàn

ハンガー 5

hanger / 衣架 / móc treo áo

目覚まし時計 7
めざ どけい

alarm clock / 闹钟 / đồng hồ báo thức

ベッド 8

bed / 床 /giường

ベッドカバー 9

bedspread / 床单 / vỏ chăn

ノートパソコン 10

laptop / 笔记本电脑 / laptop

モニター 11

monitor / 显示器 / màn hình

キーボード 12

keyboard / 键盘 / bàn phím

カレンダー 13

calendar / 日历 / lịch

本棚 14
ほんだな

bookshelf / 书架 / giá sách

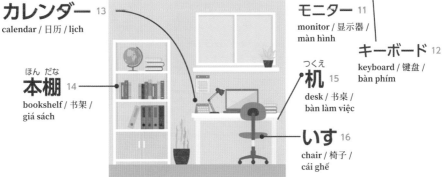

机 15
つくえ

desk / 书桌 / bàn làm việc

いす 16

chair / 椅子 / cái ghế

玄関の外と中 ₁

げん かん そと なか

entrance (outside and inside) / 门厅［玄关］（内外）/
bên ngoài và bên trong cửa chính

門 ₅ gate / 门 / cổng

もん

かぎ ₃
key / 钥匙 /
chìa khóa

かぎ穴 ₄
あな
keyhole / 锁孔 /
lỗ khóa

表札 ₆
ひょう さつ
nameplate / 门牌 /
tấm biển nhà

郵便受け ₇
ゆう びん う
mailbox / 邮箱 / hộp thư

インターホン ₈
intercom / 对讲机 / máy liên lạc

玄関の中 ₉
げん かん なか
entrance (inside) / 门厅（内部）/
Bên trong lối vào

くつ箱 ₁₀
ばこ
shoe cupboard / 鞋柜 / tủ giày

かさ立て ₁₃
た
umbrella stand /
伞架 / giá đỡ ô

スリッパ立て ₁₂
た
slipper stand / 拖鞋架 /
giá đỡ dép lê

玄関マット ₁₁
げん かん
welcome mat / 门垫 /
thảm ở lối vào

くつべら ₁₄
shoe horn /
鞋拔子 /
cái lẩy giày

Part6

街の交通機関、店や建物

まち こうつう き かん
みせ たて もの

transportation, shops, and buildings in the city /
城市中随处可见的交通、商店和建筑物 /
Giao thông thành phố, cửa hàng và tòa nhà

ここでは道路や交通機関、公共の建物や店など、
街にあるものの名前をみてみましょう。

Let's look at the words for streets, transportation systems, public
buildings, stores, and other things in the city.
在这里，我们将了解城市中的事物名称，如道路、交通、公共建筑和商店。
Phương tiện giao thông trong thành phố, cửa hàng và tòa nhà

道路と交通機関 1
どうろ こうつうきかん

roads and transportation / 道路和交通设施 / Đường xá và phương tiện giao thông

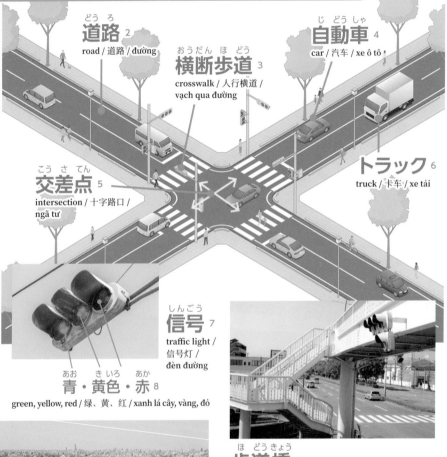

道路 2
どうろ
road / 道路 / đường

横断歩道 3
おうだんほどう
crosswalk / 人行横道 / vạch qua đường

自動車 4
じどうしゃ
car / 汽车 / xe ô tô

交差点 5
こうさてん
intersection / 十字路口 / ngã tư

トラック 6
truck / 卡车 / xe tải

信号 7
しんごう
traffic light / 信号灯 / đèn đường

青・黄色・赤 8
あお きいろ あか
green, yellow, red / 绿、黄、红 / xanh lá cây, vàng, đỏ

歩道橋 9
ほどうきょう
pedestrian bridge / 人行天桥 / cầu cho người đi bộ

料金所 11
りょうきんじょ
toll gate / 收费站 / cổng thu phí

高速道路 10
こうそくどうろ
highway / 高速公路 / đường cao tốc

渋滞 12
じゅうたい
traffic jam / 交通阻塞 / tắc đường

パトカー 13
police car / 警车 / xe cảnh sát

サイレン 14
siren / 警笛 /
còi báo động

きゅうきゅう しゃ
救急車 15
ambulance / 救护车 /
xe cứu thương

じ こ
事故 16
accident / 事故 / tai nạn

しょう ぼう しゃ
消防車 17
fire engine / 消防车 /
xe cứu hỏa

バイク 20
motorcycle / 摩托车 /
xe máy

バス 18
bus / 公共汽车 /
xe buýt

てい
バス停 19
bus stop / 公交车站 / điểm dừng xe buýt

タクシー 21 taxi / 出租车 / xe tắc xi

じ てん しゃ
自転車 23
bicycle / 自行车 / xe đạp

ちゅう りん じょう
駐輪場 24
bicycle parking lot / 自
行车停车场 / bãi đậu xe
đạp

ちゅう しゃ じょう
駐車場 22
parking lot / 停车场 / bãi đậu xe

77

えき
駅 2
station /
车站 /
ga tàu

てい き けん
定期券 3
commuter pass / 月票 /
vé tháng

ろ せん ず
路線図 4
route map / 路线图 /
bản đồ tuyến đường

じ どうかいさつ
自動改札 5
automatic turnstile / 自动检票机 /
cổng soát vé tự động

けんばい き
券売機 14
ticket machine /
自动售票机 /
máy bán vé

で ぐち
出口 6
exit / 出口 / lối ra

かいさつぐち
改札口 7
ticket gate /
检票口 /
cửa soát vé

ちゅうおうぐち
中央口 8
central exit / 中央出口 / lối ra trung tâm

の か ぐち
乗り換え口 9
transfer gate / 换乘检票口 /
cổng soát vé chuyển tiếp

せいさん き
精算機 15
fare adjustment
machine / 补票机 /
máy điều chỉnh giá vé

チャージ
(する) 16
recharge / 充值 /
nạp tiền

きたぐち
北口 10
north exit /
北口 / lối ra
phía bắc

みなみぐち
南口 11
south exit /
南口 / lối ra
phía nam

かいだん
階段 17
stairs / 楼梯 /
cầu thang

にしぐち
西口 12
west exit /
西口 / lối ra
phía tây

ひがしぐち
東口 13
east exit /
东口 / lối ra
phía đông

エスカレーター 18
escalator / 扶梯 / thang cuộn

ロッカー 19
locker / 寄存柜 / tủ đựng hành lý

エレベーター 20
elevator / 电梯 / thang máy

じ どうはんばい き
自動販売機 21
vending machine / 自动售货机 /
máy bán hàng tự động

じ こくひょう
時刻 表 22
timetable / 时刻表 /
bảng giờ tàu chạy

でん しゃ
電車 23
train / 火车 / xe điện

とっきゅう
特急 24
rapid express / 特快 /
tàu tốc hành nhanh

きゅうこう
急行 25
express / 快车 /
tàu tốc hành

じゅんきゅう
準 急 26
semi-express /
准特快车 /
tàu bán tốc hành

ふ つう　かくえきていしゃ
普通／各駅停車 27
local / 普通列车 / tàu thường

いち　ばんせん
[1] 番線 28
platform [1] /
[1] 号站台 /
Tuyến số 1

プラットホーム 29
(train) platform / 站台 / sân ga

せん ろ
線路 30
railway track /
铁路 /đường ray

しんかんせん
新幹線 31
bullet train [Shinkansen] / 新干线 /
Shinkansen

79

街の地図
まち　ちず

city map / 城市地图 / Bản đồ thành phố

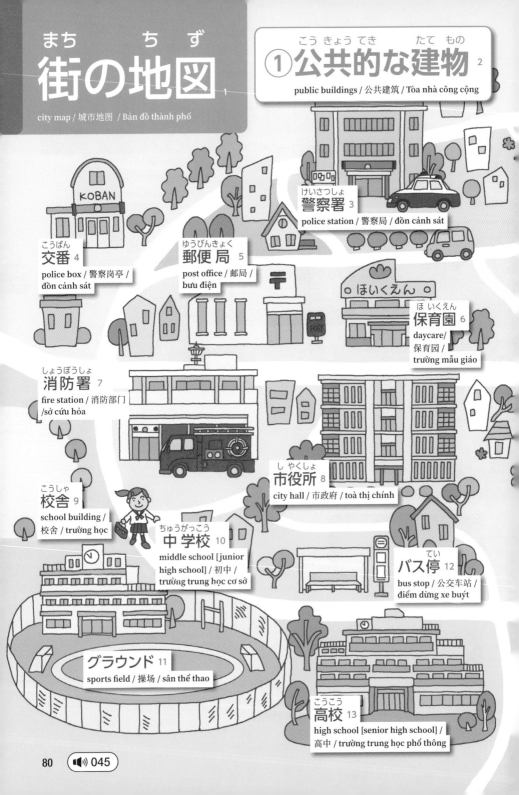

① 公共的な建物 2
こう きょう てき　たて もの

public buildings / 公共建筑 / Tòa nhà công cộng

警察署 3
けいさつしょ

police station / 警察局 / đồn cảnh sát

交番 4
こうばん

police box / 警察岗亭 /
đồn cảnh sát

郵便局 5
ゆうびんきょく

post office / 邮局 /
bưu điện

保育園 6
ほ いくえん

daycare /
保育园 /
trường mẫu giáo

消防署 7
しょうぼうしょ

fire station / 消防部门
/ sở cứu hỏa

市役所 8
し やくしょ

city hall / 市政府 / toà thị chính

校舎 9
こうしゃ

school building /
校舍 / trường học

中学校 10
ちゅうがっこう

middle school [junior
high school] / 初中 /
trường trung học cơ sở

バス停 12
てい

bus stop / 公交车站 /
điểm dừng xe buýt

グラウンド 11

sports field / 操场 / sân thể thao

高校 13
こうこう

high school [senior high school] /
高中 / trường trung học phổ thông

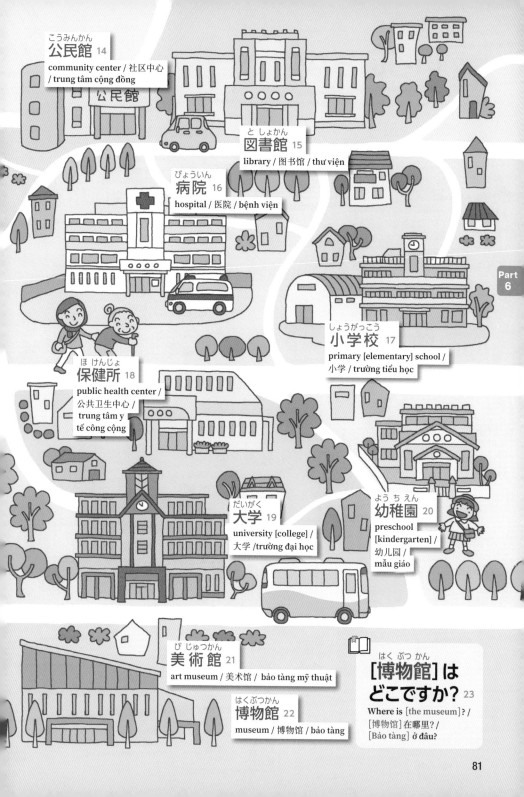

こうみんかん
公民館 14
community center / 社区中心 / trung tâm cộng đồng

としょかん
図書館 15
library / 图书馆 / thư viện

びょういん
病院 16
hospital / 医院 / bệnh viện

しょうがっこう
小学校 17
primary [elementary] school / 小学 / trường tiểu học

ほけんじょ
保健所 18
public health center / 公共卫生中心 / trung tâm y tế công cộng

だいがく
大学 19
university [college] / 大学 / trường đại học

ようちえん
幼稚園 20
preschool [kindergarten] / 幼儿园 / mẫu giáo

びじゅつかん
美術館 21
art museum / 美术馆 / bảo tàng mỹ thuật

はくぶつかん
博物館 22
museum / 博物馆 / bảo tàng

はくぶつかん
[博物館] は どこですか? 23
Where is [the museum]? / [博物馆] 在哪里? / [Bảo tàng] ở đâu?

Part 6

81

②いろいろな店 1
みせ

various shops / 各种商店 / nhiều cửa hàng khác nhau

ラーメン屋 2
や

ramen shop / 拉面店 /
cửa hàng mì ramen

メガネ屋 3
や

glasses shop / 眼镜店 /
cửa hàng mắt kính

電柱 5
でんちゅう

utility pole /
电线杆 /
cột điện

理髪店 4
り はつてん

barber shop / 理发店 /
tiệm hớt tóc

パン屋 6
や

bakery / 面包店 /
cửa hàng bánh mì

ペットショップ 7

pet shop / 宠物店 /
cửa hàng thú cưng

クリーニング店 8
てん

dry cleaners / 干洗店 /
tiệm giặt là

ケーキ屋 9
や

cake [pastry] shop / 蛋糕店 / tiệm bánh

銭湯 10
せんとう

public bath / 公共浴室 /
nhà tắm công cộng

ドラッグストア 13

pharmacy / 药店 /
nhà thuốc

カレー屋 11
や

curry restaurant / 咖喱店 / quán cà ri

八百屋 12
や お や

vegetable store
[greengrocer] / 蔬菜水果店 /
cửa hàng rau quả

本屋 16
ほん や

bookstore / 书店 / hiệu sách

肉屋 14
にく や

butcher shop / 肉店 /
cửa hàng thịt

郵便ポスト 15
ゆうびん

mailbox [post box] /
邮政信箱 / hộp thư

100円ショップ 17
ひゃく えん

100 yen shop / 百元店 /
cửa hàng 100 yên

スーパー 19
supermarket /
超市 / siêu thị

コンビニ 18
convenience store /
便利店 /
cửa hàng tiện dụng

ちゅう か りょう り てん
中華料理店 21
Chinese restaurant /
中餐厅 /
nhà hàng Trung Hoa

び ょういん
美容院 20
hairdresser's /
美容院 / hiệu làm tóc

はな や
花屋 22
florist / 花店 / cửa hàng hoa

や にく や
焼き肉屋 24
Japanese BBQ restaurant / 烤肉店 /
nhà hàng thịt nướng

い ざか や
居酒屋 23
izakaya (Japanese-style
pub) / 居酒屋 /Izakaya

そば屋 25
soba [buckwheat noodle]
restaurant / 荞麦面店 /
nhà hàng mì soba

カフェ 26
cafe [coffee house] / 咖啡店 / quán cà phê

くつ屋 27
shoe store / 鞋店 /
cửa hàng giày

ファミリーレストラン 28
casual dining restaurant / 家庭餐厅 /
nhà hàng ăn uống bình dân

ふ どうさん や
不動産屋 29
real estate agency /
房产中介 / trung tâm
bất động sản

ファストフード店 30
fast food restaurant / 快餐店 /
nhà hàng thức ăn nhanh

ほん や   い
[本屋] に行く 31
go to [the bookstore] /
前往 [书店] /
đi đến [hiệu sách]

Part
6

83

ドラッグストア

drugstore, pharmacy / 药店 / nhà thuốc

ドラッグストアは医薬品（いやくひん）だけではなく、さまざまな用品（ようひん）を扱（あつか）っていますが、ここでは医薬品（いやくひん）を中心（ちゅうしん）に紹介（しょうかい）します。

Drugstores in Japan stock a variety of products in addition to medicine. Here, let's focus on medicine and medical supplies.

日本的药妆店备有包括非医疗消耗品在内的多种生活必需品，本书这一部分主要介绍医疗用品。

Nhà thuốc không chỉ bán thuốc mà còn bán nhiều vật dụng yếu phẩm. Trong bài này, chúng tôi giới thiệu chủ yếu là thuốc

医薬品（いやくひん）2
medicine and medical supplies / 药品 /dược phẩm

かぜ薬（ぐすり）3
cold medicine / 感冒药 / thuốc cảm

せき止（ど）め 4
cough medicine / 止咳药 / thuốc ho

のどあめ 5
throat lozenges / 喉咙含片［喉糖］/thuốc ngậm trị viêm họng

胃腸薬（いちょうやく）8
digestive medicine / 胃肠药 / thuốc đau dạ dày

下剤（げざい）9
laxative / 泻药 / thuốc xổ

解熱鎮痛剤（げねつちんつうざい）6
fever and pain medicine / 解热镇痛药 / thuốc giảm đau hạ sốt

整腸（せいちょう）・便秘薬（べんぴやく）10
intestinal and constipation medicine / 肠道调节、便秘药 / thuốc tiêu hoá và trị táo bón

痛（いた）み止（ど）め 7
painkiller / 止痛药 / thuốc giảm đau

マスク 12
mask / 口罩 / khẩu trang

花粉症対策薬品（かふんしょうたいさくやくひん）11
hay fever remedy / 花粉预防药 / thuốc chữa bệnh dị ứng phấn hoa

鼻炎薬（びえんやく）13
sinus medicine / 鼻炎药 / thuốc chữa viêm mũi

目薬（めぐすり）14
eye drops / 眼药水 /thuốc nhỏ mắt

しょうどくやく
消毒薬 15
antiseptic / 消毒剂 /
thuốc khử trùng

ばんそうこう 16
adhesive bandage [plaster] /
创可贴 /thạch cao dính

ほうたい
包帯 17
bandage / 绷带 / băng bó

ガーゼ 18
gauze / 纱布 / gai

ざい
ドリンク剤 19
energy drink / 能量饮料 /
nước uống tăng lực

サプリメント 20
supplement / 营养剂 /
thực phẩm chức năng

い りょう き き
医療機器 21
medical equipment / 医用器材 / thiết bị y tế

たいおんけい
体温計 22
thermometer / 体温计 /
nhiệt kế

けつあつけい
血圧計 23
blood pressure monitor
/ 血压计 /
máy đo huyết áp

えい せい よう ひん ・ よう ひん
衛生用品・ベビー用品 24
hygiene products, baby care products / 卫生用品、婴儿用品 / sản phẩm vệ sinh, sản phẩm em bé

ベビーおむつ 25
baby diaper / 婴儿尿裤 / tã lót trẻ em

り にゅうしょく
離乳食 26
baby food / 婴儿食品 /
thức ăn trẻ em

Baby Food

かい ご よう
介護用おむつ 27
nursing care diaper [adult
diaper] / 护理尿裤 /
tã người lớn

せい り ようひん
生理用品 28
sanitary products /
生理用品 /băng vệ sinh

ひ にんようひん
避妊用品 29
contraceptives / 避孕用品 /
dụng cụ tránh thai

コンビニ

convenience store / 便利店 / Tiền và cách thanh toán

レジ横 2

next to the cash register /
收银台旁边 /
bên cạnh máy tính tiền

鳥のからあげ 3
とり

fried chicken / 炸鸡 / gà rán

フランクフルト ソーセージ 4

frankfurter (sausage) /
法兰克福香肠 /
xúc xích frankfurter

中華まん 5
ちゅうか

Chinese steamed bun /
中式包子 / bánh bao

おでん 6

oden / 关东煮 / oden

定番商品 7
てい ばん しょう ひん

standard item / 基础产品 /
Sản phẩm tiêu chuẩn

弁当 8
べん とう

bento [boxed lunch] /
饭盒 / Hộp cơm trưa

おにぎり 9

rice ball [onigiri] /
饭团 /
cơm nắm

おに
ぎり

コンビニスイーツ 10

convenience store sweets /
便利店甜点 /
bánh ngọt ở cửa hàng tiện lợi

雑誌 11
ざっ し

magazine /
杂志 / tạp chí

イートイン 13

eat-in space / 用餐处 / ăn tại chỗ

イートイン スペース

新聞 12
しん ぶん

newspaper /
报纸 / báo

便利機器 14
べんりきき

convenience store machines /
便利的设备 / thiết bị tiện dụng

電子レンジ 15
でんし

microwave / 微波炉 / lò vi sóng

電気ポット 16
でんき

hot water dispenser /
電熱水壺 / ấm đun nước
điện

コンビニコーヒー 17

convenience store
coffee / 便利店咖啡 /
cà phê cửa hàng tiện lợi

コーヒーサーバー 18

coffee machine / 自助咖啡 / máy bán cà phê

マルチコピー機 19
き

multifunction copier / 多功能复印机
/ máy photocopy đa năng

Part 6

レジ 21

cash register / 收银台 /
quầy tính tiền

店員 22
てんいん

cashier / 店员 /
nhân viên cửa hàng

ATM 20

ATM / 自动柜员机 /
ATM

カードで払う 23
はら

pay by card / 用卡支付 /
thanh toán bằng thẻ

現金で払う 24
げんきん　はら

pay in cash / 现金支付 /
trả bằng tiền mặt

スマホで払う 25
はら

pay with one's smartphone / 用智能手机支付 /
thanh toán bằng điện thoại thông minh

宅配便 26
たくはいびん

home delivery / 送货上门 / giao hàng tận nhà

公共料金 27
こうきょうりょうきん

public utility fee / 公共事业费 / các hóa đơn tiện ích

87

お金と支払い方法 1
かね し はら ほうほう

money and payment / 金钱和付款方法 / tiền và thanh toán

お金 2
かね
money / 钱 / tiền bạc

いち えん だま
1 円玉 3
1 yen coin / 1 日元硬币 / đồng xu 1 yên

ご えん だま
5 円玉 4
5 yen coin / 5 日元硬币 / đồng xu 5 yên

じゅう えん だま
10 円玉 5
10 yen coin / 10 日元硬币 / đồng xu 10 yên

ごじゅう えん だま
50 円玉 6
50 yen coin / 50 日元硬币 / đồng xu 50 yên

ひゃく えん だま
100 円玉 7
100 yen coin / 100 日元硬币 / đồng xu 100 yên

ごひゃく えん だま
500 円玉 8
500 yen coin / 500 日元硬币 / đồng xu 500 yên

せん えん さつ
1000 円札 9
1,000 yen bill / 1000 日元纸币 / tờ 1,000 yên

ご せん えん さつ
5000 円札 10
5,000 yen bill / 5000 日元纸币 / tờ 5,000 yên

いちまん えん さつ
10000 円札 11
10,000 yen bill / 10, 000 日元纸币 / tờ 10,000 yên

数字の読み方の例 12
すう じ よ かた れい

11,111円 13	いちまん / せん / ひゃく / じゅう / いち / えん
23,898円 14	にまん / さんぜん / はっぴゃく / きゅうじゅう / はち / えん
47,714円 15	よんまん / ななせん / ななひゃく / じゅう / よ / えん
55,679円 16	ごまん / ごせん / ろっぴゃく / ななじゅう / きゅう / えん
63,346円 17	ろくまん / さんぜん / さんびゃく / よんじゅう / ろく / えん
98,482円 18	きゅうまん / はっせん / よんひゃく / はちじゅう / に / えん

支払い方法 19
しはら ほうほう

payment methods / 付款方式 /
cách thanh toán

総合口座通帳

BANK

クレジットカード決済 20
けっさい

credit card payment / 信用卡付款 / thanh toán bằng thẻ tín dụng

口座振替
こうざふりかえ
[自動引き落とし]21
じどうひ お

bank transfer [automatic
withdrawal] / 账户转账［自动扣
款］/ Chuyển khoản tự động qua
ngân hàng

代金引換
だいきんひきかえ
[着払い]22
ちゃくばら

cash on delivery / 货到付款 /
Trả tiền mặt khi giao hàng (trả
khi nhận hàng)

Part 6

コンビニ決済
けっさい
[コンビニ払い] 23
ばら

convenience store payment /
便利店支付 / thanh toán tại cửa
hàng tiện lợi

電子マネー決済 24
でんし けっさい

electronic payment / 电子货币支付
/thanh toán tiền điện tử

外貨両替 25
がいかりょうがえ

currency exchange / 外汇 / tiền và thanh toán

¥ € $
currency exchange
外貨両替

両替レートと手数料 26
りょうがえ てすうりょう

exchange rates and fees / 汇率和手续 /
Tỷ giá hối đoái và lệ phí

銀行 27
ぎんこう

bank / 银行 / ngân hàng

両替所 28
りょうがえじょ

exchange counter / 换汇柜台 / quầy đổi tiền

ひゃく えん か みせ
さまざまなものが 100 円で買える店があります。

There are stores where a variety of items can be purchased for 100 yen. / 在一些商店里，100 日元左右就能买到各种各样的商品。/ Có cửa hàng nơi bạn có thể mua nhiều thứ khác nhau với giá khoảng 100 yên.

にち よう ざっ か
日用雑貨 2
miscellaneous household items / 日用品 / Hàng hóa phổ thông

ほうき 3
broom / 扫帚 / Cái chổi

だいどころよう
台所用スポンジ 4
kitchen sponge / 厨房海绵 / Miếng mút rửa bát đĩa

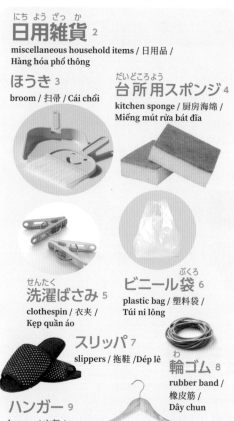

せんたく
洗濯ばさみ 5
clothespin / 衣夹 / Kẹp quần áo

ぶくろ
ビニール袋 6
plastic bag / 塑料袋 / Túi ni lông

スリッパ 7
slippers / 拖鞋 / Dép lê

わ
輪ゴム 8
rubber band / 橡皮筋 / Dây chun

ハンガー 9
hanger / 衣架 / Móc treo quần áo

ぶん ぼう ぐ
文房具 10
stationery / 文具 / Dụng cụ văn phòng

しゅうのう ようひん
収納用品 11
storage goods [containers] / 收纳用品 / Đồ dùng để sắp xếp, cất giữ

かご 12
basket / 篮子 / Rổ

ようひん
ガーデニング用品 13
gardening tools / 园艺用品 / dụng cụ làm vườn

うえ き ばち
植木鉢 14
flower pot / 花盆 / Chậu cây

シャベル 15
shovel / 铲子 / Xẻng

しゅ げい ようひん
手芸用品 16
handicraft supplies / 手工艺用品 / Dụng cụ thủ công

ぬの
布 17
cloth / 布 / Vải

はり
針 18
needle / 针 / Kim

いと
糸 19
thread / 线 / Chỉ

Part 7

食べ物と飲み物

た べ もの の もの

food and drinks / 食品和饮料 / Đồ ăn và thức uống

ここでは日本でよく見るいろいろな食べ物や飲み
に ほん み た もの の
物をみてみましょう。
もの

Let's take a look at some common foods and beverages in Japan.
下面我们来看看日本常见的各种食品和饮料。
Chúng ta hãy xem các loại thực phẩm và đồ uống thường thấy ở Nhật Bản.

くだもの
果物 ₁

fruit / 水果 / hoa quả

ブドウ ₂
grapes /
葡萄 /
nho

リンゴ ₃
apple /
苹果 /
táo

ミカン ₄
(mandarin) orange /
橘子 / quýt

オレンジ ₅
orange / 橙子 /
cam

スイカ ₆
watermelon /
西瓜 /
dưa hấu

キウイ ₇
kiwi / 奇异果 /
kiwi

イチゴ ₈
strawberry /
草莓 / dâu tây

メロン ₉
melon /
哈密瓜 /
dưa lưới

 [スイカ]を切る ₁₀

cut [the watermelon] / 切 [西瓜] / cắt [dưa hấu]

ナシ 11
pear /
梨 /
lê

📖 **[バナナ] をむく** 13
peel [a banana] / 剥 [香蕉] / **Bóc vỏ** [chuối]

バナナ 12
bananas /
香蕉 / chuối

サクランボ 14
cherries / 櫻桃 /
anh đào

レモン 15
lemon / 柠檬 /
chanh vàng

パイナップル 18
pineapple / 菠萝 / dứa

モモ 16
peach / 桃 / đào

カキ 17
(kaki) persimmon / 柿子 / hồng

マンゴー 19
mango / 芒果 / xoài

ブルーベリー 20
blueberries / 蓝莓 / việt quất

Part
7

にく
肉 ₁
meat / 肉 / thịt

とり にく
鳥肉 ₂
chicken /
鸡肉 / thịt gà

ぶた にく
豚肉 ₃
pork / 猪肉 /
thịt lợn

ぎゅうにく
牛肉 ₄
beef / 牛肉 / thịt bò

ひつじ にく
羊肉 ₅
mutton, lamb /
羊肉 / thịt cừu

かたまり肉【にく】 6
block of meat / 大块肉 / miếng thịt

うすぎり肉【にく】 7
(thinly) sliced meat / 肉片 /
thịt thái lát mỏng

ひき肉【にく】 8
ground [minced] meat /
肉馅 / thịt băm

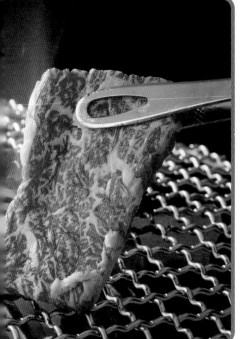

ベーコン 9
bacon / 培根 / thịt xông khói

ソーセージ 10
sausage / 香肠 / xúc xích

ハム 11
ham / 火腿 / giăm bông

[豚肉【ぶたにく】] を焼【や】く 12
grill [pork] / 烤[猪肉] /nướng [thịt lợn]

やさい
野菜 1

vegetables / 蔬菜 / rau củ

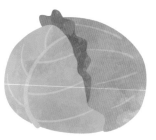

レタス 2
lettuce / 生菜 / rau xà lách

キャベツ 3
cabbage / 卷心菜 / bắp cải

ハクサイ 4
Chinese cabbage / 白菜 /
cải thảo

ホウレンソウ 5
spinach / 菠菜 / Rau chân vịt

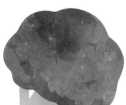

ブロッコリー 6
broccoli / 西兰花 /
Bông cải xanh

ダイコン 7
daikon [white radish] /
白萝卜 / củ cải

ニンジン 8
carrot / 胡萝卜 / cà rốt

モヤシ 9
bean sprouts / 豆芽 / giá đỗ

ジャガイモ 10
potatoe / 土豆 / khoai tây

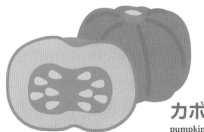

カボチャ 11
pumpkin / 南瓜 /
bí ngô

タマネギ 12
onion / 洋葱 / hành tây

Part 7

ネギ 13
green onion [leek] / 葱 /
hành lá

ナス 14
eggplant /
茄子 /
cà tím

キュウリ 15
cucumber / 黄瓜 /
dưa chuột

カブ 16
turnip / 芜菁 / củ cải tròn

トマト 17
tomato / 番茄 / cà chua

スーパーで [ダイコン] を買^かう 18
buy [radishes] at the supermarket / 买[白萝卜]在超市 /
mua [củ cải] ở siêu thị

さかな
魚 1
fish / 鱼 / cá

春 2
はる
spring / 春季 / mùa xuân

タイ 3
sea bream /
鯛魚 /
cá tráp biển

カツオ 4
skipjack tuna / 鰹魚 /
cá ngừ vằn

アジ 5
horse mackerel / 竹荚鱼 /
cá nục

夏 7
なつ
summer / 夏季 / mùa hè

イワシ 8
sardine / 沙丁鱼 /
cá mòi

タコ 9
octopus / 章鱼 / bạch tuộc

[アジ]をつる 6
fish for [horse mackerel] / 钓 [竹荚鱼] /
câu [cá nục]

秋 10
あき
autumn / 秋季 / mùa thu

サバ 11
Japanese mackerel
鯖魚 /
cá thu bạc má

サンマ 12
Pacific saury / 秋刀鱼 /
cá thu đao

サケ 13
salmon / 鮭魚 /cá hồi

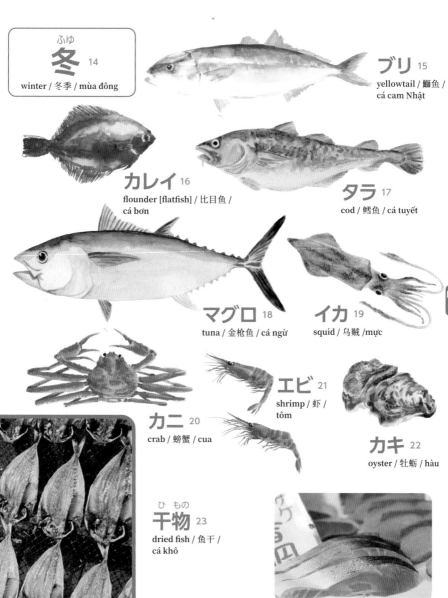

ふゆ
冬 14
winter / 冬季 / mùa đông

ブリ 15
yellowtail / 鰤鱼 /
cá cam Nhật

カレイ 16
flounder [flatfish] / 比目鱼 /
cá bơn

タラ 17
cod / 鳕鱼 / cá tuyết

マグロ 18
tuna / 金枪鱼 / cá ngừ

イカ 19
squid / 乌贼 /mực

Part
7

カニ 20
crab / 螃蟹 / cua

エビ 21
shrimp / 虾 /
tôm

カキ 22
oyster / 牡蛎 / hàu

ひ もの
干物 23
dried fish / 鱼干 /
cá khô

さかな　　き み
(魚の) 切り身 24
(fish) filet [fillet] / (鱼) 片 / lát cá

ひ もの　　　　　 まい か
干物を [2] 枚買う 25
buy [two] dried fish / 买 [两] 片鱼干 /
mua [hai] con cá khô

スーパーで 1

in the supermarket / 在超市 / Ở siêu thị

① 米やめん 2
こめ

rice and noodles / 米饭和面条 /
cơm và mì

米 3 rice / 大米 / gạo
こめ

もち 4
rice cake / 年糕 /
bánh nếp, bánh dày

カップめん 5
cup noodles / 杯面 / mỳ ly

インスタント
ラーメン 6
instant noodles / 方便面 /
mì ăn liền

焼きそば 7
や
fried noodles /
炒面 /
mì xào

菓子パン 9
か し
sweet bread [bun] /
甜面包 /bánh mì ngọt

食 パン 8
しょく
loaf of bread / 面包 /
bánh mì lát

パスタ 10
pasta / 意大利面 /mỳ Ý

そうめん 11
somen noodles /
细面 / mì somen

今日は [カップめん] の
きょう
割り引き日だ 12
わ び び
[Cup noodles] are on sale today. /
今天是 [杯面] 折扣日。/Hôm nay là ngày giảm giá [mì ly].

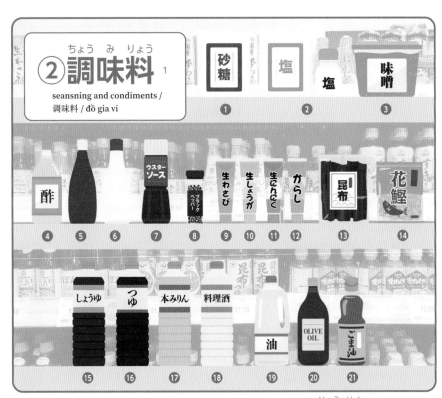

② 調味料 (ちょうみりょう) 1

seansning and condiments / 调味料 / đồ gia vị

砂糖 ① 塩 ② 味噌 ③

酢 ④ ⑤ ⑥ ウスターソース ⑦ ブラックペッパー ⑧ 生わさび ⑨ 生しょうが ⑩ 生にんにく ⑪ からし ⑫ 昆布 ⑬ 花鰹 ⑭

しょうゆ ⑮ つゆ ⑯ 本みりん ⑰ 料理酒 ⑱ 油 ⑲ OLIVE OIL ⑳ ごま油 ㉑

Part 7

① 砂糖 (さとう) 2
sugar / 糖 / đường

② 塩 (しお) 3
salt / 盐 / muối

③ 味噌 (みそ) 4
miso / 味噌 / tương miso

④ 酢 (す) 5
vinegar / 醋 / giấm

⑤ ケチャップ 6
ketchup / 番茄酱 / sốt cà chua

⑥ マヨネーズ 7
mayonnaise / 蛋黄酱 / mayonnaise

⑦ ソース 8
sauce / 酱 / nước xốt

⑧ こしょう 9
pepper / 胡椒 / hạt tiêu

⑨ わさび 10
wasabi / 绿芥末 / mù tạt

⑩ しょうが 11
ginger / 姜 / gừng

⑪ にんにく 12
garlic / 蒜 / tỏi

⑫ からし 13
mustard / 黄芥末 / mù tạc vàng

⑬ こんぶ 14
kombu kelp / 海带 / tảo bẹ

⑭ かつおぶし 15
dried bonito flakes / 鲣鱼粉 / cá ngừ bào

⑮ しょうゆ 16
soy sauce / 酱油 / xì dầu

⑯ めんつゆ 17
noodle soup base / 日式蘸面料 / nước tương có gia vị

⑰ みりん 18
mirin [sweet cooking sake] / 甜料酒 / mirin

⑱ 料理酒 (りょうりしゅ) 19
cooking sake / 调料酒 / rượu nấu ăn

⑲ サラダ油 (あぶら) 20
cooking oil [neutral oil] / 色拉油 / Dầu ăn

⑳ オリーブオイル 21
olive oil / 橄榄油 / dầu ô liu

㉑ ごま油 (あぶら) 22
sesame oil / 芝麻油 / dầu mè

[砂糖] (さとう) を加 (くわ) える 23
add [sugar] / 加 [糖] / thêm [đường]

③ そうざいなど 1

everyday dishes / 预制菜 / thức ăn làm sẵn

おにぎり 2
rice ball [onigiri] / 饭团 / cơm nắm

や さい
野菜のにもの 3
simmered vegetables / 煮蔬菜 / rau hầm

べんとう
弁当 4
bento [boxed lunch] / 盒饭 / cơm hộp

や ざかな
焼き魚 5
grilled fish / 烤鱼 / cá nướng

れいとうしょくひん
冷凍食品 6
frozen food / 冷冻食品 / thức ăn đông lạnh

コロッケ 7
croquette / 可乐饼（日式炸肉饼）/ korokke

とり
鳥のからあげ 8
fried chicken / 炸鸡 / gà rán

さかな
魚のフライ 9
fried fish / 炸鱼 / cá chiên

やき とり
焼き鳥 10
yakitori [grilled chicken] / 烤鸡肉串 / gà nướng

や
焼きそば 11
fried noodles / 炒面 / mì xào

④とうふ・たまご・乳製品など [1]

tofu, eggs, dairy products / 豆腐、蛋、乳制品等 / đậu phụ, trứng, các sản phẩm từ sữa

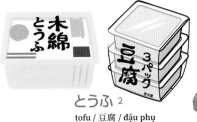

あつあげ [3]
fried tofu / 炸豆腐 /
đậu phụ chiên lát dày

とうふ [2]
tofu / 豆腐 / đậu phụ

こんにゃく [4]
konnyaku / 魔芋 / konjac

なっとう [5]
natto / 纳豆 /
natto

たまご [6]
eggs / 鸡蛋 / trứng

豆乳 (とうにゅう) [7]
soy milk /
豆浆 /
sữa đậu
nành

生クリーム (なま) [8]
heavy cream [whipping cream] /
鲜奶油 / kem tươi

牛乳 (ぎゅうにゅう) [9]
milk / 牛奶 / sữa

ヨーグルト [10]
yogurt / 酸奶 / sữa chua

バター [13]
butter / 黄油 / bơ

チーズ [11]
cheese / 奶酪 / phô mai

粉チーズ (こな) [12]
grated cheese /
奶酪粉 /
phô mai bào

マーガリン [14]
margarine / 人造黄油 /
bơ thực vật

[牛乳 (ぎゅうにゅう)] が安売り (やすう) になっている [15]
[Milk] is on sale / [牛奶] 打折了 / [sữa] giảm giá

⑤お菓子（かし） 1

candy and snacks / 零食 / Bánh kẹo

チョコレート 2
chocolate / 巧克力 / sô cô la

ガム 3
chewing gum /
口香糖 /
kẹo cao su

ポテトチップス 4
potato chips / 薯片 /
khoai tây chiên lát mỏng

あめ 5
candy / 糖果 / kẹo

和菓子（わがし） 6
Japanese sweets / 日式点心 /
bánh kẹo Nhật

だんご 8
sweet dumplings /
团子 / đan gô

まんじゅう 7
steamed buns / 日式馒头 /
bánh ngọt nhân đậu đỏ

どらやき 10
dorayaki / 铜锣烧 /
bánh dẻo nhân đậu

ようかん 11
yokan jelly / 羊羹 / yokan

せんべい・あられ 9
rice crackers / 仙贝 碎年糕
（日式小吃）/ bánh gạo

おつまみ 12
snacks for alcohol / 下酒菜 /
đồ nhấm uống rượu

さきイカ 15
dried shredded squid /
鱿鱼丝 /
mực khô xé

サラミソーセージ 13
salami sausage / 萨拉米香肠 /
xúc xích Salami

ミックスナッツ 14
mixed nuts / 混合坚果 / hỗn hợp các loại hạt

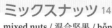

[ポテトチップス] は安（やす）いほうを買（か）う 16
buy cheaper [potato chips] / 买便宜的 [薯片]/
mua [khoai tây chiên] giá rẻ

⑥ 飲み物 1

(の) (もの)

drink / 饮料 / đồ uống

清涼飲料水 2

(せい りょう いん りょう すい)

beverages / 清凉饮料 / nước ngọt

水 3

(みず)

water / 水 / Nước

お茶（緑茶）4

(ちゃ) (りょくちゃ)

green tea / 绿茶 / trà xanh

紅茶 5

(こうちゃ)

black tea / 红茶 / hồng trà

ウーロン茶 6

(ちゃ)

oolong tea / 乌龙茶 / Trà Oolong

コーヒー 7

coffee / 咖啡 / cà phê

ジュース 8

juice / 果汁 / hoa quả

炭酸飲料 9

(たんさんいんりょう)

carbonated drink / 碳酸饮料 / Đồ uống có ga

スポーツ飲料 10

(いんりょう)

sports drinks / 运动饮料 / đồ uống thể thao

アルコール飲料 11

alcoholic drinks / 酒精饮料 / đồ uống có cồn

ビール 12

beer / 啤酒 / Bia

ワイン 13

wine / 葡萄酒 / rượu vang

ウイスキー 14

whiskey / 威士忌酒 / rượu whisky

日本酒 15

(に ほんしゅ)

Japanese sake / 日本清酒 / rượu sake nhật bản

焼酎 16

(しょうちゅう)

shochu / 烧酒 / Shochu

容器 17

(ようき)

container / 容器 / thùng đựng hàng

紙パック 18

(かみ)

carton / 纸盒 / hộp giấy

ペットボトル 19

plastic bottle / 塑料瓶 / chai nhựa

缶 20

(かん)

can / 罐 /lon

瓶 21

(びん)

bottle / 瓶子 / chai

ティーバッグ 22

tea bag(pack) / 茶包 / trà gói lọc

インスタントコーヒー 23

instant coffee / 速溶咖啡 / Cà phê hòa tan

[ベトナムのビール] も売っている 24

(う)

They also sell [Vietnamese beer] / 他们还出售 [越南啤酒] / Họ cũng bán [bia Việt Nam]

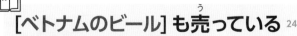

いろいろなセール [1]

various sales / 各种促销 / Các loại giảm giá

バーゲンセール [2]
(bargain) sale / 特价销售 / Đại hạ giá

夏物クリランスセール [3]
（なつもの）

summer clearance sale / 夏季清仓大甩卖 / Bán giải phóng mặt bằng mùa hè

クリスマスセール [4]
Christmas sale / 圣诞促销 / Giảm giá dịp giáng sinh

福袋 [6]
（ふくぶくろ）

lucky bag / 福袋 / túi may mắn

歳末大売り出し [5]
（さいまつおおうだし）

year-end sale / 年终促销 / giảm giá cuối năm

半額セール [7]
（はんがく）

half price sale / 半价销售 / bán giảm nửa giá

105円の品 半額で 52円

タイムセール [8]
timed sale / 限时促销 / Giảm giá theo giờ

特売品 [9]
（とくばいひん）

special sale items / 特价商品 / Hàng giảm giá

激安 [10]
（げきやす）

super cheap / 超级便宜 / Siêu rẻ

30% OFF

付いている価格より 30％値下げ [11]
（つ）（かかく）（さんじゅっぱーせんと ねさ）

30% off the listed price / 标价的 30% 折扣 / Giảm 30% so với giá niêm yết

大特価

大特価 [12]
（だいとっか）

great price / 价格实惠 / Giá tốt

Part 8

いんしょくてん
飲食店とメニュー

restaurants and menus / 餐厅和菜单 / Nhà hàng và thực đơn

ここでは日本でよく見かける飲食店の
名前とメニューをみてみましょう。

In this part, let's take a look at some common types of restaurants in Japan and the dishes they offer.
在本部分中，我们将介绍日本最常见餐厅的名称和菜单。
Ở đây chúng ta sẽ cùng tìm hiểu về thực đơn và tên nhà hàng thường thấy ở Nhật Bản.

うどん屋とそば屋 1

udon and soba restaurant / 乌冬面和荞麦面餐厅 / Nhà hàng mì udon và soba

手打ちそば 2
handmade soba [noodles] /
手工荞麦面 /
Soba làm bằng tay

あたたかい 3
warm/ 温暖 / nóng

たぬきうどん 4
tanuki udon [udon noodles with bits
of deep-fried tempura batter] / 狸乌冬 /
tanuki udon với một ít bột tempura
chiên giòn

きつねうどん 5
kitsune udon [udon with deep-fried
tofu] / 炸豆腐乌冬面 /
kitsune udon với đậu phụ chiên

月見うどん 6
tsukimi udon [udon with a raw egg] /
生鸡蛋乌冬面 /
tsukimi udon với trứng sống

山菜うどん 7
sansai udon [udon with wild
vegetables] /
野菜乌冬面 /
udon rau rừng

天ぷらそば
8
tempura soba [soba
with tempura] /
天妇罗荞麦面 /
tempura soba

七味とうがらし 9
seven-flavor spice mix /
七味辣椒粉 / ớt bảy vị

とろろそば 10

tororo soba [soba with grated yam] /
山药泥荞麦面 / Soba với khoai sọ mài

南蛮そば 11

nanban soba [soba noodles
with duck meat and scallions] /
葱香荞麦面 / nanban soba

鍋焼きうどん 12

nabeyaki udon[udon noodles
cooked in a pot] / 锅烧乌冬面 /
nabeyaki udon, lẩu undon

冷たい 13

cold / 冷 / lạnh

ざるうどん 14

zaru udon [cold udon with
dipping sauce] / 竹篓乌冬面 /
zaru udon, udon lạnh với nước
chấm

ざるそば 15

zaru soba [cold soba with dipping sauce] /
竹篓荞麦面 / mì soba lạnh [với nước chấm]

天玉そば 17

tentama soba [soba with
tempura and egg] /
天妇罗和鸡蛋荞麦面 /
soba với tempura và
trứng

立ち食いそば 16

tachigui soba [stand-and-eat soba] /
站着吃荞麦面 /
mì soba đứng ăn

[天玉そば] を注文する 18

order [tempura and egg soba] / 点[天妇罗和鸡蛋荞麦面] /
gọi món [soba với tempura và trứng]

109

ラーメン屋 _や 1

ramen shop / 拉面店 / cửa hàng mỳ ramen

しょうゆラーメン 2

soy sauce ramen / 酱油拉面 / ramen vị nước tương

チャーシュー 3
braised pork/ 叉烧肉 /
xá xíu

のり 4
nori seaweed / 海藻 / rong biển

きざみネギ 5
chopped green onion / 葱花 /
hành lá xắt nhỏ

めん 6
noodles / 面条 / mì

メンマ 7
menma [seasoned bamboo shoots] / 干笋 / măng khô

塩ラーメン _{しお} 9
salt ramen / 盐拉面 / ramen vị muối

スープ 8
soup [broth] /
汤 / súp

ゆでたまご 10
boiled egg / 煮鸡蛋 / trứng luộc

[めん] を大盛りにしてください _{おお も} 11
Please give me a large serving of [noodles]. / 请做大量的[面条]。/
Hãy làm một suất nhiều [mì].

とんこつラーメン 12
tonkotsu ramen [ramen with pork bone broth] /
猪骨拉面 / mỳ ramen xương heo

あっさり 13
mild / 味道清淡 / hương vị nhẹ

こってり 14
rich / 味道浓厚 / vị béo

味噌(みそ)ラーメン 15
miso ramen / 味噌拉面 / mì vị miso

もやし 16
bean sprouts / 豆芽 /
giá đỗ

コーン 17
corn / 玉米 / ngô

バター 18
butter / 黄油 / bơ

鶏白湯(とりぱいたん)ラーメン 19
chicken broth ramen / 鸡肉白汤拉面 /
ramen súp gà trắng

券売機(けんばいき)で [ラーメン] のチケットを買(か)う 20
buy a [ramen] ticket from the vending machine / 在自动售票机上购买[拉面]票 /
mua vé [ramen] từ máy bán tự động

和食の店 1
わしょく みせ

Japanese restaurant / 日本料理 / Nhà hàng món ăn Nhật Bản

刺身定食 2
さし み ていしょく

sashimi set (meal) / 生鱼片套餐 /
suất ăn sashimi

焼き魚定食 3
や ざかなていしょく

grilled fish set (meal) / 烤鱼套餐 /
suất ăn cá nướng

天ぷら定食 4
てん ていしょく

tempura set (meal) / 天妇罗套餐 /
suất ăn tempura

とんかつ定食 5
ていしょく

pork cutlet set meal / 炸猪排套餐 /
suất ăn thịt heo chiên tẩm bột

しょうが焼き定食 6
や ていしょく

grilled pork & ginger set (meal) /
生姜烧猪肉套餐 / suất ăn thịt nướng với gừng

からあげ定食 7
ていしょく

fried chicken set (meal) / 炸鸡套餐 / suất ăn thịt gà rán

すき焼き [や] 9
sukiyaki / 寿喜烧 / Sukiyaki

おでん 8
oden / 关东煮 / Oden

寄せ鍋 [よ][なべ] 10
yosenabe [hot pot] / 什锦火锅 / lẩu hải sản

Part 8

親子丼 [おや][こ][どん] 11
oyakodon [chicken & egg bowl] / 滑蛋鸡肉盖饭 / tô cơm thịt phủ trứng

かつ丼 [どん] 12
katsudon [fried pork cutlet bowl] / 日式炸猪排盖饭 / Cơm thịt heo cốt lết

牛丼 [ぎゅう][どん] 13
beef bowl / 牛肉盖饭 / món cơm và thịt bò

天丼 [てん][どん] 14
tempura bowl / 天妇罗盖饭 / Bát tempura

うな丼 [どん] 15
unadon [grilled eel bowl] / 鳗鱼盖饭 / cơm lươn

鉄火丼 [てっ][か][どん] 16
tekkadon [tuna sashimi bowl] / 金枪鱼盖饭 / món cơm trộn cá ngừ sống

ちらし寿司 [ずし] 17
chirashi sushi / 散寿司 / sushi chirashi

 ## [牛丼] [ぎゅうどん] を注文する [ちゅうもん] 18
order a [beef bowl] / 点 [牛肉盖饭] / gọi [món cơm thịt bò]

居酒屋 <small>いざかや</small> 1

izakaya [Japanese-style pub] / 居酒屋 / Quán nhậu

お酌する <small>しゃく</small> 2

pouring a drink for someone / 给某人倒酒 / rót cho ai đó đồ uống

カウンター 3

counter seat / 柜台座位 / ghế ngồi ở đây

お通し <small>とお</small> 4

appetizer / 开胃菜 / Món khai vị

乾杯 <small>かんぱい</small> 5

heers! / 干杯！/ ụng li !

熱かん <small>あつ</small> 8

warm sake / 热清酒 / rượu sake nóng

おちょうし 9

serving bottle [pitcher] / 酒壶 / bình rượu

おちょこ 10

sake cup / 清酒杯 / ly rượu sake

地酒 <small>じざけ</small> 6

local sake / 地方酒 / rượu sake địa phương

冷や（酒） <small>ひ ざけ</small> 7

cold sake / 冷清酒 / rượu sake lạnh

大皿 11
おお ざら

platter / 大盘 / dĩa to

小皿 12
こ ざら

small dish / 小盘 / dĩa nhỏ

飲み放題 13
の ほう だい

all you can drink / 无限畅饮 /
uống tuỳ thích

おかわり 14

refill / 再来一杯 /
món ăn, đồ uống thêm

お茶づけ 15
ちゃ

rice with tea / 茶泡饭 /
Cơm với trà

ラストオーダー 16

last order / 最后点菜 /
lần gọi món cuối cùng

割り勘 17
わ かん

split the bill /
AA 制 / chia đều theo
đầu người

[水] のおかわりをください 18
みず

Please give me a refill of [water]. / 请再给我 [一杯水] 。/ Xin vui lòng cho tôi một [ly nước] khác

ひとり [3000] 円ずつ払う 19
さんぜん えん はら

pay [3,000] yen per person / 每人支付 [3000] 日元 / Mỗi người trả [3000] yên

Part 8

寿司屋 ₁

<ruby>寿司屋<rt>すしや</rt></ruby>

sushi shop [restaurant] / 寿司店 / cửa hàng sushi

<ruby>赤身<rt>あかみ</rt></ruby> ₂
lean tuna / 瘦金枪鱼 /
cá ngừ nạc

トロ ₃
fatty tuna / 肥金枪鱼 /
cá ngừ phần có mỡ

はまち・ぶり ₄
yellowtail / 鰤鱼 /
cá cam

さば ₅
mackerel / 鲭鱼 /
cá thu

あじ ₆
horse mackerel / 竹荚鱼 /
cá nục

ひらめ ₇
flounder / 比目鱼 /
cá bơn

えび ₈
shrimp / 虾 /
con tôm

いか ₉
squid / 乌贼 /
mực ống

たまご ₁₃
egg / 蛋 / trứng

マグロ ₁₄
tuna / 金枪鱼 /
cá ngừ

サーモン ₁₅
salmon / 三文鱼 / cá hồi

<ruby>穴子<rt>あなご</rt></ruby> ₁₀
conger eel / 星鳗 / lươn đồng

かっぱ<ruby>巻<rt>まき</rt></ruby> ₁₁
cucumber sroll/
黄瓜卷 /
Sushi cuộn dưa chuột

なっとう<ruby>巻<rt>まき</rt></ruby> ₁₂
natto roll / 纳豆卷 /
Cơm cuộn Natto

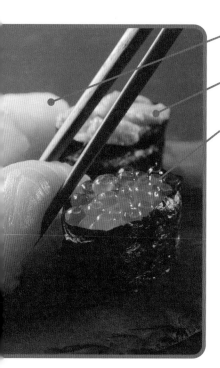

ほたて 16
scallop / 扇贝 / sò điệp

うに 17
sea urchin / 海胆 / nhím biển

いくら 18
salmon roe / 鮭鱼子 / trứng cá hồi

お茶 19
green tea / 绿茶 /
trà xanh

板前 20
sushi chef / 寿司厨师 /
đầu bếp sushi

しょうゆ 21
soy sauce / 酱油 / xì dầu

わさび 22
wasabi / 芥末 / mù tạt

がり / しょうが 23
pickled ginger / 腌姜 / gừng bào

(板前が) [寿司]を
にぎる 24
(the sushi chef) forms [the sushi] /
（寿司厨师）捏着［寿司］/
(đầu bếp sushi) nắn [sushi]

回転寿司 25
conveyor belt sushi / 回转寿司 /
Sushi băng chuyền

一皿[150]円 26
[150] yen per plate / 一盘 [150] 日
元 / 1 dĩa [150] yên

中華料理店

Chinese restaurant / 中餐厅 / nhà hàng Trung Hoa 1

シューマイ 2
shumai (dumplings) / 烧卖 / xíu mại

チャーハン 3
fried rice / 炒饭 / cơm chiên

中華そば 4
ちゅう か
Chinese noodles / 中华面 / mì Trung Quốc

焼きそば 5
や
fried noodles / 炒面 / mi xào

ギョーザ 6
Chinese dumplings / 煎饺 / Món gyoza

フカヒレ（スープ）7
shark fin soup / 鱼翅汤 / súp vi cá mập

北京ダック 8
ぺ きん
Peking duck / 北京烤鸭 / Vịt Bắc Kinh

まーぼーどうふ
麻婆豆腐 9
mapo tofu / 麻婆豆腐 / đậu phụ mabo

す ぶた
酢豚 10
sweet and sour pork / 糖醋排骨 /thịt
lợn xào chua ngọt

チンジャオロースー 11
Chinese stir-fry with green peppers
and meat / 青椒肉丝 /
thịt sốt tiêu

ホイコーロー 12
twice cooked pork / 回锅肉 /
thịt lợn xào bắp cải, ớt chuông

はっ ぽう さい
八宝菜 13
happosai [mixed stir-fry] /
八宝菜 / rau xào thập cẩm

Part 8

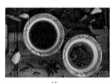

しょうこうしゅ
紹興酒 15
Shaoxing wine / 绍兴酒 /
rượu Thiệu Hưng

ゆ
ラー油 16
chili oil / 辣椒油 / dầu ớt

あん にん どう ふ
杏仁豆腐 14
almond tofu / 杏仁豆腐 /
đậu hũ hạnh nhân

からし 17
karashi mustard / 黄芥末 /
mù tạc vàng

ぺ きん   こ ざら   わ
[北京ダック]を小皿にとり分ける 18
distribute [the Peking duck] on smaller plates / 用小盘把[北京烤鸭]分成几份 /
chia món [vịt Bắc Kinh] ra đĩa nhỏ

119

ファミリーレストラン
［ファミレス］

1　family []caual restaurant / 家庭餐厅 / quán ăn gia đình

ハンバーグ 2
hamburger steak / 汉堡肉 / món ham-bơ-gơ,

ステーキ 3
(beef) steak / 牛排 / bò nướng bít-tết

エビフライ 4
fried shrimp / 炸虾 / tôm chiên

カレー（ライス） 5
curry (and rice) / 咖喱（饭）/
(cơm)cà ri

パスタ 6
pasta / 意大利面 / mỳ ống

お子様ランチ 7
kids' lunch / 儿童套餐 / bữa trưa cho trẻ em

サラダ 8
salad / 沙拉 / xa lát

サンドイッチ 9
sandwich / 三明治 / bánh mì sandwich

モーニングセット 10
breakfast special / 早餐套餐 /
phần cơm buổi sáng

単品 11
たんぴん
à la carte / 单品 /
gọi món riêng

セットメニュー 12
set menu / 套餐 / thực đơn theo suất

パフェ 13
parfait / 芭菲 /
món tráng miệng
gồm kem, hoa quả

プリン 14
pudding / 布丁 / bánh pudding

ドリンクバー 15
self-service drink bar / 自助饮料机 /
Nước ngọt có thể uống thoải mái

 ## メニューから [デザート] を選ぶ 16
えら
choose [dessert] from the menu / 从菜单中选择 [甜点]/
Chọn [món tráng miệng] từ menu

カフェ ₁

cafe / 咖啡店 / quán cà phê

ホットコーヒー ₂
hot coffee / 热咖啡 / cà phê nóng

アイスコーヒー ₃
iced coffee / 冰咖啡 / cà phê đá

アメリカン ₄
mild brewed coffee/ 美式咖啡 / cà phê American

カフェラテ ₅
cafe latte / 拿铁咖啡 / cà phê latte

カフェオレ ₆
café au lait / 牛咖啡欧蕾 / quán cà phê au lait

紅茶 ₇
こうちゃ
black tea / 红茶 / trà đen

エスプレッソ ₈
espresso / 浓缩咖啡 / cà phê espresso

水 ₉
みず
water / 水 / Nước

ミルク ₁₀
milk / 牛奶 / sữa

砂糖 ₁₁
さとう
sugar / 糖 / đường

ハンバーガー 12
hamburger / 汉堡包 / bánh hamburger

ホットドッグ 13
hot dog / 热狗 / bánh mì kẹp xúc xích

紙<ruby>かみ</ruby>ナプキン 14
paper napkin / 餐巾纸 / khăn giấy

パンケーキ 15
pancake / 烤薄饼 / bánh kếp

テイクアウト 16
take-out [to go] / 外带 / mua mang về

[ハンバーガー] を店<ruby>みせ</ruby>の中<ruby>なか</ruby>で食<ruby>た</ruby>べる 17
eat [a hamburger] at the restaurant / 在餐厅吃 [汉堡包] / Ăn [một chiếc hamburger] trong nhà hàng

[ハンバーガー] をテイクアウトする 18
order [a hamburger] for take-out / 请把 [汉堡包] 外带 / Mua [bánh humburger] mang về.

レストランで役立つ表現 ①

useful expressions at restaurants / 餐厅里实用的表达方式 / Những cách nói hữu ích tại nhà hàng

メニューをください。 2

Can I have a menu? / 请给我菜单。/
Xin vui lòng cho tôi thực đơn.

おすすめは何ですか? 3

What do you recommend? / 你有什么推荐吗?/
Bạn đề xuất món gì?

これとこれをください。 4

I'd like this and this. / 请给我这个和这个。/
Xin vui lòng cho tôi cái này và cái này.

あれと同じものをください。 5

Please give me the same things. / 请给我同样的一份。/
Xin vui lòng cho tôi một cái tương tự cái đó.

これは何ですか? 6

What is this? / 这是什么? / Cái này là cái gì.

取り皿をください。 7

Please give me a plate. / 请给我一个盘子。/
Xin vui lòng cho tôi đĩa nhỏ đựng thức ăn.

会計をお願いします。 8

Check, please. / 麻烦结账。/
Vui lòng thanh toán cho tôi.

Part 9

生き物たち

living things / 生物 / Sinh vật

ここでは身近なペットから動物園にいる動物、
海に住む生き物などさまざまな生き物を
みてみましょう。

Here we will look at familiar pets, zoo animals, and sea animals.
在这里，我们将看到各种各样的生物，从我们熟悉的宠物到动物园里的动物和海洋生物。
Ở đây chúng ta sẽ cùng tìm hiểu về nhiều loại sinh vật khác nhau, từ thú
cưng quen thuộc đến động vật trong vườn thú và các sinh vật sống ở biển.

ペットと家畜 1

pets and farm animals / 宠物和牲畜 / vật nuôi và gia súc

オウム 4
parrot / 鸚鵡 / vẹt

ハムスター 5
hamster / 仓鼠 / chuột hamster

イヌ 2
dog / 狗 /chó

ネコ 3
cat / 猫 / mèo

きん ぎょ
金魚 6
goldfish / 金鱼 /
cá vàng

ウサギ 7
rabbit / 兔子 /con thỏ

カメ 8
turtle / 乌龟 /
rùa

か
[イヌ]を飼う 9
own [a dog] / 养 [狗] / nuôi [chó]

126 🔊 071

ウマ 10
horse / 马 /ngựa

ウシ 11
cow / 牛 / bò

ブタ 12
pig / 猪 / lợn

ヒツジ 13
sheep / 绵羊 / cừu

ヤギ 14
goat / 山羊 / dê

ニワトリ 15
chicken [rooster] /
鸡 / gà

Part
9

動物園の動物

どうぶつえん どうぶつ

animals in the zoo / 动物园里的动物 / Động vật trong sở thú

ライオン 2
lion / 狮子 / sư tử

サイ 3
rhinoceros /
犀牛 /
tê giác

ゾウ 5
elephant /
大象 /
voi

キリン 4
giraffe / 长颈鹿 /
hươu cao cổ

カバ 6
hippopotamus / 河马 / Hà mã

シマウマ 7
zebra / 斑马 / ngựa vằn

ダチョウ 8
ostrich / 鸵鸟 /
đà điểu

フラミンゴ 9
flamingo / 火烈鸟 /
Chim hồng hạc

トラ 10
tiger / 老虎 / hổ

チーター 11
cheetah / 猎豹 / báo

パンダ 12
panda / 大熊猫 /
gấu trúc

クマ 13
bear / 熊 /
gấu

チンパンジー 14
chimpanzee / 黑猩猩 / tinh tinh

ゴリラ 15
gorilla / 大猩猩 /
khỉ đột

カンガルー 16
kangaroo / 袋鼠 /
chuột túi

コアラ 17
koala / 考拉 /
gấu túi

み　い
[ゾウ]を見に行く 18
go see [the elephants] / 去看[大象] / đi xem [voi]

Part
9

うみ　い　もの
海の生き物 1
sea creatures / 海洋生物 / sinh vật biển

クジラ 2
whale / 鲸鱼 / cá voi

シャチ 3
killer whale / 虎鲸 / cá voi sát thủ

イルカ 4
dolphin / 海豚 / cá heo

アザラシ 5
seal / 海狗 / hải cẩu

ペンギン 6
penguin / 企鹅 /
chim cánh cụt

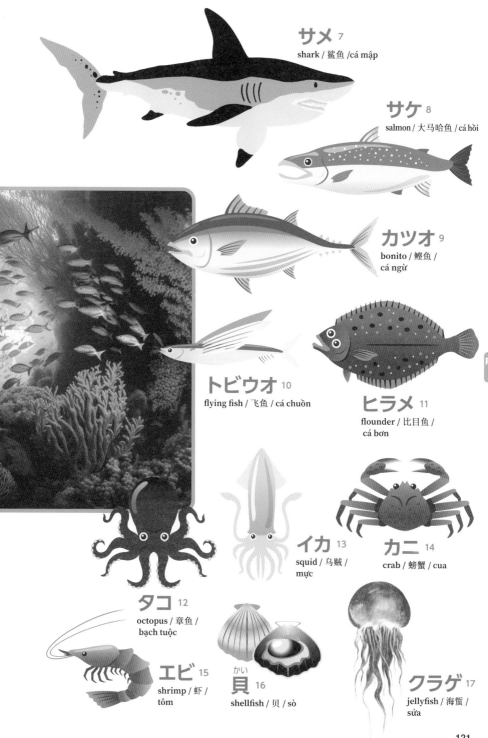

サメ 7
shark / 鲨鱼 / cá mập

サケ 8
salmon / 大马哈鱼 / cá hồi

カツオ 9
bonito / 鲣鱼 /
cá ngừ

トビウオ 10
flying fish / 飞鱼 / cá chuồn

ヒラメ 11
flounder / 比目鱼 /
cá bơn

イカ 13
squid / 乌贼 /
mực

カニ 14
crab / 螃蟹 / cua

タコ 12
octopus / 章鱼 /
bạch tuộc

エビ 15
shrimp / 虾 /
tôm

かい
貝 16
shellfish / 贝 / sò

クラゲ 17
jellyfish / 海蜇 /
sứa

とり
鳥 1

birds / 鸟 / chim

スズメ 2
sparrow / 麻雀 / chim sẻ

ハト 3
pigeon / 鸽子 / bồ câu

ツバメ 5
swallow / 燕子 / chim én

ウグイス 4
Japanese nightingale /
夜莺 /chim hoàng anh

カラス 6
crow / 乌鸦 / quạ

フクロウ 7
owl / 猫头鹰 / cú

タカ 8
hawk / 鹰 /
chim ưng

ツル 9
crane / 鹤 /
chim hạc

ハクチョウ 10
swan / 天鹅 / thiên nga

カモ 11
duck / 鸭子 / vịt

カモメ 12
seagull / 海鸥 /
chim hải âu

す
巣 15
nest / 巢 / tổ

ひな 13
chicks / 幼雏 / gà con

たまご 14
eggs / 蛋 / trứng

と
[ツバメ] が飛ぶ 16
[swallow] fly / [燕子] 飞 /
[chim én] bay

こんちゅう
昆虫 1

insects / 昆虫 / côn trùng

チョウ 2
butterfly / 蝴蝶 / bướm bướm

トンボ 5
dragonfly / 蜻蜓 / chuồn chuồn

カブトムシ 3
beetle / 甲虫 / bọ cánh cứng

クワガタ 4
stag beetle / 锹形虫 / giống bọ hiệu

Part 9

テントウムシ 6
ladybug / 瓢虫 / bọ rùa

アリ 7
ant / 蚂蚁 / kiến

ハチ 8
bee / 蜜蜂 / ong

セミ 9
cicada / 蝉 / ve

コオロギ 10
cricket / 蟋蟀 / dế

バッタ 11
locust / 蝗虫 / châu chấu

カマキリ 12
praying mantis / 螳螂 / bọ ngựa

📖
　　　　　つか
[カブトムシ] を捕まえる 13
catch [a beetle] / 抓 [甲虫] / bắt con [bọ cánh cứng]

カエルの仲間・<ruby>仲間<rt>なかま</rt></ruby>ワニの<ruby>仲間<rt>なかま</rt></ruby>など 1

amphibians and reptiles / 蛙类、鳄类等 / các loại ếch·các loại cá sấu

<ruby>恐竜<rt>きょうりゅう</rt></ruby> 2
dinosaur / 恐龙 / khủng long

トカゲ 3
lizard / 蜥蜴 /
thằn lằn

カメレオン 4
chameleon / 变色龙 / tắc kè hoa

ヤモリ 5
gecko / 壁虎 / thằn lằn, thạch sùng

ワニ 7
crocodile / 鳄鱼 / cá sấu

イモリ 6
newt / 蝾螈 /
sa giông

カエル 8
frog / 青蛙 / ếch

ヘビ 9
snake / 蛇 / rắn

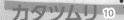

カタツムリ 10
snail / 蜗牛 / ốc sên

📖

[ヘビ] がはう 11
[a snake] crawls / [蛇] 爬行 /
con [rắn] bò

Part 10

<ruby>衣<rt>い</rt></ruby><ruby>服<rt>ふく</rt></ruby>

clothing / 服装 / quần áo

ここではさまざまな<ruby>場<rt>ば</rt></ruby><ruby>面<rt>めん</rt></ruby>で<ruby>着<rt>き</rt></ruby>る<ruby>服<rt>ふく</rt></ruby>をみていきましょう。

Here we will look at clothing for different situations.
本节介绍在不同场合下的穿着。
Trong phần này chúng ta hãy xem quần áo để mặc trong các tình huống khác nhau.

① 外出するとき がい しゅつ 2

going out / 外出时 / khi đi ra ngoài

(学校の)制服 がっ こう　せい ふく 9

school uniform / 学校制服 /
đồng phục học sinh

ブラウス 10

blouse / 女式衬衫 /
áo kiểu

スーツ 3

suit / 套装 / đồ vét

背広 せ びろ 4

(business) suit /
男士西服 /
bộ vest

ブレザー 11

blazer / 西装夹克 /
áo khoác blazer

スカート 12

skirt / 裙子 / chân váy

ジャケット 5

jacket / 夹克 / áo khoác

ワンピース 7

dress / 连衣裙 / áo đầm, váy liền

スラックス 6

trousers [pants] / 休闲裤 /
quần tây thường

ブルゾン 8

blouson [short jacket] /
束腰夹克 / áo blu-dông

パーカー 16
hoodie / 连帽衫 /
áo khoác trùm đầu

**ウインド
ブレーカー** 17
windbreaker / 防风短外衣 /
áo gió

ネクタイ 13
tie / 领带 / cà vạt

ワイシャツ 14
dress shirt / 白衬衫 /
áo sơ mi

ズボン 15
pants [trousers] /
长裤 / quần tây

ダウンコート 18
down jacket / 羽绒服 / áo khoác lông vũ

オーバー 19
overcoat / 大衣 /
áo măng tô

Part
10

ドレス 20
long dress / 长裙 / đầm

タキシード 21
tuxedo / 燕尾服 / áo đuôi tôm

[スーツ] を着^きる 22
wear [a suit] / 穿 [西装] / mặc [đồ vét]

②ふだん着と下着 1

everyday wear and underwear / 日常服装和内衣 / quần áo mặc hằng ngày và đồ lót

下着 2 underwear / 内衣 / đồ lót

ショーツ 3
panties / 三角裤 /
quần lót

ブラジャー 4
bra / 胸罩 / áo lót

ガードル 5
girdle / 束腹短裤 /
quần gen

スリップ 6
slip / 衬裙 / váy lót

タンクトップ 7
tank top / 背心 /
áo hai dây

パジャマ 8
pajamas [pyjamas] /
睡衣 / đồ ngủ

バスローブ 9
bathrobe [robe] / 浴袍 / áo choàng tắm

ジャージ 10
sweatsuit / 运动服 /
quần áo thể thao

Tシャツ 11
T-shirt /T 恤 / áo thun

シャツ 12
shirt / 衬衫 / áo sơ mi

ジーンズ 13
jeans / 牛仔裤 / quần jeans

ポロシャツ 14
polo shirt / 马球衬衫 /
áo thun có cổ

たん
短パン 15
shorts / 短裤 / quần short

トレーナー 16
sweatshirt / 运动衫 / áo nỉ

セーター 17
sweater [jumper] / 毛衣 /
áo len

カーディガン 18
cardigan / 开襟毛衣 /
áo khoác len

フリース 19
fleece jacket / 抓绒衣 /
áo khoác lông cừu

身につける物、持ち物 ₁

み もの も もの

things to wear or carry / 随身携带及佩戴的东西 / Đồ mặc, mang trên người

カバン ₆
bag / 包 / túi xách

ネクタイ ₂
tie [necktie] / 领带 / cà vạt

ベルト ₃
belt / 皮带 / dây nịt

眼鏡 ₇
め がね
glasses / 眼镜 / mắt kính

ハンカチ ₈
handkerchief / 手帕 / khăn tay

くつ下 ₄
した
sock(s) / 袜子 / tất

くつ ₅
shoes / 鞋 / giày

ティッシュ ₉
tissues / 面纸 / giấy ăn

マスク ₁₀
mask / 口罩 / khẩu trang

トートバッグ ₁₁
tote bag / 托特包 / túi tote

リュック ₁₂
backpack / 背包 / ba lô

ニット帽 13
<ruby>帽<rt>ぼう</rt></ruby>
beanie [knit cap] /
毛线帽 / mũ len

マフラー /
スカーフ 14
scarf / 围巾 /
khăn quàng cổ

手袋 15
<ruby>手袋<rt>て ぶくろ</rt></ruby>
gloves / 手套 /
găng tay

ブーツ 16
(long) boots / 长筒皮靴 /
bốt

サンダル 17
sandals / 凉鞋 / dép xăng-đan

スニーカー 18
sneakers / 运动鞋 / giày thể thao

スリッパ 19
slippers / 拖鞋 /
dép mang trong nhà

かさ 20
umbrella /
雨伞 / ô

日がさ 21
<ruby>日<rt>ひ</rt></ruby>
parasol [sun umbrella] / 阳伞 /
ô chống nắng

折りたたみがさ 22
<ruby>折<rt>お</rt></ruby>
folding umbrella / 折叠伞 / ô gập lại

141

いろ
色 ₁

colors / 颜色 / màu sắc

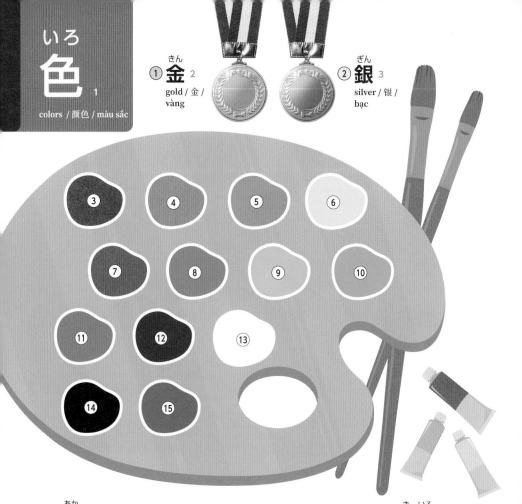

① きん
金 2
gold / 金 / vàng

② ぎん
銀 3
silver / 银 / bạc

③ あか
赤 4
red / 红色 / màu đỏ

④ **オレンジ** 5
orange / 橙色 / màu quả cam

⑤ **ピンク** 6
pink / 粉红色 / màu hồng

⑥ き いろ
黄色 7
yellow / 黄色 / màu vàng

⑦ ちゃ いろ
茶色 8
brown / 棕色 / màu nâu

⑧ あお
青 9
blue / 蓝色 / màu xanh da trời

⑨ みず いろ
水色 10
light blue / 浅蓝色 / màu xanh nhạt

⑩ みどり
緑 11
green / 绿色 / màu xanh lá

⑪ むらさき
紫 12
purple / 紫色 / màu tím

⑫ こん
紺 13
navy [dark] blue / 绀色 / màu xanh hải quân

⑬ しろ
白 14
white / 白色 / màu trắng

⑭ くろ
黒 15
black / 黑色 / màu đen

⑮ **グレー** 16
gray / 灰色 / màu xám

Part 11

世界の地理・気象・宇宙

せかいのちり・きしょう・うちゅう

world geography, weather, space / 世界地理、天气和宇宙 /
Địa lý thế giới, Khí tượng, Vũ trụ

ここでは地理や気象そして宇宙まで、私たちを取りまくさまざまな自然をみていきましょう。

Here we will look at various aspects of nature, from geography and weather to outer space.
在这里，我们将了解大自然的方方面面，从地理、天气到宇宙。
Ở đây, chúng ta sẽ xem xét các hiện tượng thiên nhiên đa dạng xung quanh chúng ta, từ địa lý, đến thời tiết và vũ trụ.

世界の地域 1

せかい ちいき

regions of the world / 世界区域 / Khu vực trên thế giới

大陸・海 2

たい りく うみ

continents and oceans / 大陆和海洋 / lục địa và đại dương

北極 10

ほっきょく

North Pole / 北极 / Bắc Cực

ヨーロッパ 3

Europe / 欧洲 / Châu Âu

大西洋 11

たい せい よう

Atlantic Ocean / 大西洋 / Đại Tây Dương

アジア 4

Asia / 亚洲 / Châu Á

太平洋 13

たい へい よう

Pacific Ocean / 太平洋 / Thái Bình Dương

アフリカ 5

Africa / 非洲 / Châu Phi

インド洋 12

よう

Indian Ocean / 印度洋 / Ấn Độ Dương

オセアニア 6

Oceania / 大洋洲 / Châu Đại Dương

位置の表し方 14

いち あらわ かた

geographical locations / 位置的表达方法 / Cách hiển thị vị trí

南極 7

なんきょく

Antarctica / 南极 / Nam Cực

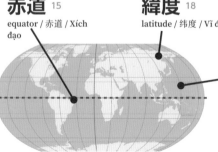

赤道 15

せき どう

equator / 赤道 / Xích đạo

緯度 18

いど

latitude / 纬度 / Vĩ độ

北半球 16

きた はん きゅう

northern hemisphere / 北半球 / Bán cầu Bắc

経度 19

けいど

longitude / 经度 / Kinh độ

南半球 17

みなみ はん きゅう

southern hemisphere / 南半球 / Bán cầu Nam

せ かい いち
世界一 20

world's biggest/highest/longest!/
世界之最 /
Số một thế giới

❶ さ ばく
砂漠
さ ばく
サハラ砂漠 21

desert • Sahara desert / 沙漠・哈撒
拉 / sa mạc • sa mạc Sahara

きた
北アメリカ ⑨
North America / 北美洲 / Bắc Mỹ

❷ かわ
川
がわ
ナイル川 22

river • The Nile / 河・尼罗河 /
sông • sông Nile

❸ みずうみ
湖
かい
カスピ海 23

lake • Caspian Sea /
湖・里海 /
hồ • Hồ Caspian

みなみ
南アメリカ ⑧
South America / 南美洲 /
Nam Phi

Part 11

❹ こうげん
高原
こうげん
チベット高原 24

plateau • Tibetan Plateau /
高原・青藏高原 /
Cao nguyên • Cao nguyênTây Tạng

❺ やま
山
エベレスト 25

mountain • Everest /
山・珠峰 /
núi • núi Everest

ち ず   さが
[エベレスト]を地図で探そう！ 26

Find [Mount Everest] on the map! / 在地图上寻找 [珠峰]！/ Hãy tìm [núi Everest] trên bản đồ!

天気 1
てんき

weather / 天气 / Thời tiết

晴れ 2
は

sunny / 晴天 / nắng

あたたかい 3

warm / 温暖 / ấm

暑い 4
あつ

hot / 热 / nóng

真夏日 5
ま なつ び

very hot day / 仲夏日 / ngày hè nóng nhất

熱帯夜 6
ねったい や

muggy night / 炎热的夜晚 / đêm nhiệt đới

くもり 7

cloudy / 多云 / nhiều mây

涼しい 8
すず

cool / 凉爽 / mát mẻ

風 9
かぜ

wind / 风 / gió

乾燥 10
かんそう

dry weather [dry air] / 干燥 / khô

雨 11
あめ

rain / 雨 / mưa

雷 12
かみなり

thunder / 雷 / sấm sét

雪 13
ゆき

snow / 雪 / tuyết

寒い 14
さむ

cold / 寒冷 / lạnh lẽo

霜 15
しも

frost / 霜 / sương

こおる 16

freeze / 冻结 / đóng băng

関東地方の天気
あす

weather forecast / 天气预报 / Dự báo thời tiết

最高気温 18
highest temperature / 最高温度 / nhiệt độ cao nhất

最低気温 19
lowest temperature / 最低温度 / nhiệt độ thấp nhất

降水確率 20
chance of rain [chance of precipitation] / 降水概率 / xác suất mưa

月	火	水	木	金	土	日
25/19	27/20	24/16	21/15	22/16	25/20	23/18
0%	0%	30%	50%	80%	30%	20%

湿度 21
humidity / 湿度 / Độ ẩm

⚠ 注意報 22　Warning / 警報 / Cảnh báo

災害の起きる恐れのある強風、大雨、大雪、雷、乾燥、濃霧などがある場合に出される。

A warning issued when there are weather conditions (strong wind, heavy snow, etc.) that could cause a disaster situation.

当出现大风、大雨、大雪、闪电、干燥、浓雾等可能造成灾害的情况时会发出注意警报。

XĐược ban hành khi có gió mạnh, mưa lớn, tuyết rơi dày đặc, sét, khô hạn, sương mù dày đặc, v.v. có thể gây ra thảm họa.

Part 11

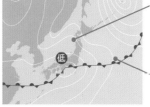

低気圧 24
low pressure / 低气压 / áp lực thấp

前線 25
front / 锋面 / phía trước

高気圧 23
high pressure / 高气压 / áp suất cao

📖 今日は [晴れ] のち [くもり] でしょう 26

IToday it will be [sunny], then [cloudy] . / 今天[晴] 转多[云]。 / Hôm nay trời [nắng] sau đó có [mây].

📖 明日は [くもり] 一時 [雨] でしょう 27

It will be [cloudy] tomorrow with some [rain]. / 明天 [多云] 有时有 [雨]。/ Ngày mai trời [nhiều mây] đôi lúc có [mưa].

147

うちゅう
宇宙 1

space / 宇宙 / Vũ trụ

つき
月 2

moon / 月 / Mặt Trăng

すいせい
水星 5

Mercury / 水星 / Sao Thủy

きんせい
金星 6

Venus / 金星 / Sao Kim

ち きゅう
地球 7

Earth / 地球 / Trái Đất

かせい
火星 8

Mars / 火星 / Sao Hỏa

じん こう えい せい
人工衛星 13

artificial satellite / 人造卫星 / Vệ tinh nhân tạo

う ちゅう
宇宙ステーション 14

space station / 空间站 / Trạm vũ trụ

ロケット 15

rocket / 火箭 / Tên lửa

星座 <ruby>星<rt>せい</rt></ruby><ruby>座<rt>ざ</rt></ruby> 3

constellations / 星座 / Chòm sao

北極星 <ruby>北<rt>ほっ</rt></ruby><ruby>極<rt>きょく</rt></ruby><ruby>星<rt>せい</rt></ruby> 4

Polaris [North Star] /
北极星 / Sao Bắc Cực

木星 <ruby>木<rt>もく</rt></ruby><ruby>星<rt>せい</rt></ruby> 9

Jupiter / 木星 /
Sao Mộc

土星 <ruby>土<rt>ど</rt></ruby><ruby>星<rt>せい</rt></ruby> 10

Saturn / 土星 /
Sao Thổ

天王星 <ruby>天<rt>てん</rt></ruby><ruby>王<rt>のう</rt></ruby><ruby>星<rt>せい</rt></ruby> 11

Uranus / 天王星 /
Sao Thiên Vương

海王星 <ruby>海<rt>かい</rt></ruby><ruby>王<rt>おう</rt></ruby><ruby>星<rt>せい</rt></ruby> 12

Neptune / 海王星 /
Sao Hải Vương

Part 11

[<ruby>木<rt>もく</rt></ruby><ruby>星<rt>せい</rt></ruby>]を<ruby>観<rt>かん</rt></ruby><ruby>測<rt>そく</rt></ruby>する 16

observe [Jupiter] / 观察[木星] /
quan sát [Sao Mộc]

星雲 <ruby>星<rt>せい</rt></ruby><ruby>雲<rt>うん</rt></ruby> 17

nebula / 星云 / tinh vân

暑さと寒さの表現 1

words for hot and cold / 冷热的表达 / cách hiển thị nóng và lạnh

蒸し暑い 2
(hot and) humid / 闷热 / nóng bức

暑い 3
hot / 热 / nóng

あたたかい 4
warm / 暖和 / ấm áp

涼しい 5
cool / 凉爽 / mát mẻ

冷える 6
cold / 冷 / lạnh

肌寒い 7
chilly / 凉飕飕 / se lạnh

寒い 8
freezing / 寒冷 / lạnh

こごえる 9
frigid / 冻僵 / rét buốt

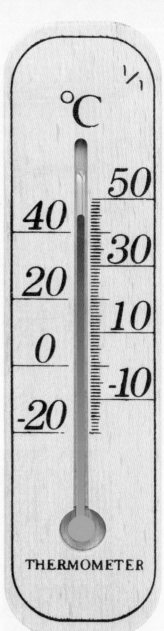

°C

50
40
30
20
10
0
-10
-20

THERMOMETER

Part 12

ようすや気持ち

moods and feelings / 情态・感觉 / Trạng thái, cảm giác

ここではさまざまな場面で、ようすや気持ちの表現を学びましょう。

In this section, you will learn how to express various feelings and behaviors.

在这里，您将学习如何在各种情况下表达自己和自己的感受。

Tại đây, bạn sẽ học cách bày tỏ suy nghĩ và cảm xúc của mình trong nhiều tình huống khác nhau.

ようすや気持ち

バーベキュー 1

barbecue / 烤肉 / Tiệc nướng ngoài trời

多い 2
a lot / 很多 / nhiều

のどが渇いた 4
I'm thirsty. / 我口渴。/ Tôi khát nước.

少ない 3
a little / 很少 / ít

おいしい 5
delicious / 好吃 / thơm ngon

冷たい 6
cold / 冰凉 / lạnh

まずい 7
bad [gross] / 难吃 / dở

甘い 8
sweet / 甜 / ngọt

おなかがいっぱい 9
I`m full. / 我吃饱了。 / Tôi no rồi.

塩からい（しょっぱい）11
しお
salty / 咸 / mặn

からい 10
spicy / 辣 / cay

おなかがすいた 12
I'm hungry. / 我饿了 /
Tôi đói

Part
12

かたい 14
hard [tough] / 硬 / cứng

やわらかい 13
soft [tender] /
柔软 / mềm

苦い 15
にが
bitter / 苦 /
đắng

153

ようすや気持ち

サーカス 1
circus / 马戏团 / Rạp xiếc

にぎやか 2
lively / 热闹 / náo nhiệt

はらはら 3
nervous / 感到紧张 / Cảm thấy hồi hộp

強い 4
strong / 强壮 / mạnh

弱い 5
weak / 虚弱 / yếu

うまい 6
good (at) / 擅长 / giỏi

かんたん 7
easy / 简单 / đơn giản

むずかしい 8
difficult / 难 / khó

へた 9
bad (at) / 不擅长 / kém

ほそ
細い 10
thin / 细 / thon

ねむい 11
sleepy / 困 / buồn ngủ

しずか 12
quiet / 安静 / Yên lặng

げんき
元気 13
lively / 活泼 / Sôi động

ふと
太い 14
thick / 粗 / to, béo

なが
長い 15
long / 长 / dài

おも
重い 16
heavy / 重 / Nặng

Part 12

みじか
短い 17
short / 短 / ngắn

おお
大きい 20
big / 大 / Lớn

かる
軽い 18
light / 轻 / Nhẹ

ちい
小さい 19
small / 小 / Nhỏ

155

たか
高い 8
high /
高 /
cao

はや
速い 9
fast /
快 /
nhanh

ひく
低い 10
low /
低 /
thấp

きたない 11
dirty / 脏 /
bẩn thiu

きれい 12
clean / 干净 /
sạch

あか
明るい 14
bright / 明亮 /
sáng

かわいい 13
cute / 可爱 / dễ thương

CAFE

うきうき 16
excited / 兴奋 /
hào hứng

Part
12

うれしい 15
happy / 快乐 /
vui mừng

の
[ジェットコースター] に乗る 17
ride on a [roller coaster] / 乘坐 [过山车] / đi [tàu lượn siêu tốc]

157

ようすや気持ち 対になることば ①

word pairs [opposites] / 配对词 / từ ghép

新しい 2
new / 新 / mới

古い 3
old / 旧 / cũ

遠い 4
far / 远 / xa

近い 5
near / 近 / gần

早い 6
early / 早 / sớm

遅い 7
late / 晚 / muộn

厚い 8
thick / 厚 / dày

うすい 9
thin / 薄 / mỏng

安全な 10
safe / 安全 / an toàn

きけんな 11
dangerous / 危险 /
nguy hiểm

深い 12
deep / 深 / sâu

あさ
浅い 13
shallow / 浅 / nông

便利な 14
convenient /
方便的 / thuận lợi

不便な 15
inconvenient /
不方便 / bất tiện
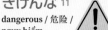

きびしい 16
strict / 严历 /
nghiêm khắc

やさしい 17
gentle / 温柔 /
hiền lành

広い 18
spacious /
宽敞 / rộng

せまい 19
cramped / 狭窄 / hẹp

暑い 20
hot / 热 / nóng

寒い 21
cold / 寒冷 / lạnh

Part 13

学校
がっこう

school / 学校 / trường học

ここでは学校の種類、教室や教科、文房具など
をみてみましょう。
(がっこう　しゅるい　きょうしつ　きょうか　ぶんぼうぐ)

Here we will look at schools, classrooms, subjects, school supplies, and more.
在这里，您可以看到各种学校、教室、科目和文具等。
Tại đây chúng ta tìm hiểu về các loại trường, lớp học, môn học, văn phòng
phẩm.

こども園^{えん}
（0歳^{ぜろさい}〜就学前^{しゅうがくまえ}）2
kodomo-en (daycare and preschool for children from age 0) /学前班（0至上小学之前）/ nhà trẻ (từ 0 tuổi đến trước khi vào tiểu học)

保育所^{ほいくしょ}（園^{えん}）（0歳^{ぜろさい}〜就学前^{しゅうがくまえ}）3
daycare (preschool for children from age 0) /托儿所（0至上小学之前）/ Nhà trẻ (từ 0 tuổi đến trước khi vào tiểu học)

幼稚園^{ようちえん}（3歳^{さんさい}〜就学前^{しゅうがくまえ}）4
preschool [kindergarten] (preschool for children from age 3) /幼儿园（3至至上小学之前）/ Trường mẫu giáo (từ 3 tuổi đến trước khi vào tiểu học)

義務教育^{ぎむきょういく}
（小学校^{しょうがっこう}と中学校^{ちゅうがっこう}）5
compulsory education (elementary school and junior high school) /义务教育（小学到初中）/ Giáo dục bắt buộc (đến trung học cơ sở)

小学校^{しょうがっこう}（6年^{ろくねん}）6
elementary school (6 years) / 小学（6年）/ Trường tiểu học (6 năm)

中学校^{ちゅうがっこう}（3年^{さんねん}）7
junior high school (3 years) /初中（3年）/ Trường trung học cơ sở (3 năm)

高校^{こうこう}（3年^{さんねん}）8
high school (3 years) /高中（3年）/ Trường trung học phổ thông (3 năm)

塾^{じゅく} 9
cram school / 补习班 / Lớp học thêm

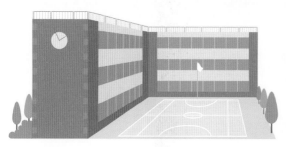

こくりつ
国立 10
national / 国立 / quốc lập

こうりつ
公立 11
public / 公立 / Trường công lập

しりつ
私立 12
private / 私立 / Trường tư thục

たん き だい がく　　に ねん
短期大学（2年） 13
junior college (2 years)/両年制大学（2年）/ cao đẳng (2 năm)

だい がく　　よ ねん
大学（4年） 14
university (4 years) /
大学（4年）/ Đại học (4 năm)

だい がく いん
大学院 15
graduate school / 研究生院 /
sau đại học

せん もん がっ こう
専門学校 16
vocational school / 职业学校 /
trường dạy nghề

**インターナショナル
スクール** 17
international school /
国际学校 /
Trường quốc tế

がく ひ
学費 18
tuition / 学费 /
Học phí

Part
13

りゅう がく
［アメリカ］に留学したい 19
I want to study in [the US]. / 我想去[美国]留学。/
Tôi muốn du học ở [Mỹ].

学校行事 _{がっこうぎょうじ}

学校行事 1

school events / 学校活动 / Sự kiện trường học

春休み _{はる やす} 2

spring break / 春假 /
kì nghỉ xuân

1学期 _{いち がっ き} 3

1st semester / 第一学期 /
học kỳ 1

始業式 _{し ぎょうしき} 4

ceremony at the start of the
school year / 开学典礼 /
lễ khai trương

入学式 _{にゅうがく しき} 5

entrance ceremony /
入学典礼 /
lễ nhập học

卒業式 _{そつぎょうしき} 18

graduation ceremony /
毕业典礼 / lễ tốt nghiệp

終業式 _{しゅうぎょう しき} 19

ceremony at the end of the
school year / 散学典礼 /
lễ kết thúc năm học

3学期 _{さん がっ き} 17

3rd semester / 第三学期 /
học kỳ 3

冬休み _{ふゆ やす} 16

winter break / 寒假 /
kì nghỉ đông

修学旅行 _{しゅうがく りょ こう} 15

school trip / 学校组织的旅行 /
chuyến du lịch học tập

運動会 6

sports day / 运动会 / hội thao

定期試験 7

regular exam /
定期考试 /
Kiểm tra thường xuyên

夏休み 8

summer vacation / 暑假 / kì nghỉ hè

2学期 9
2nd semester / 第二学期 /
học kỳ 2

授業参観 10

classroom visit / 课堂参观 /
tham quan lớp học

文化祭 12

school festival / 校园文化活动 /
lễ hội văn hoá

学芸会 11

school arts festival /
（小学生的）文艺汇演活动 /
hội diễn văn nghệ

遠足 13

excursion [field trip] / 秋（春）游 / cuộc dã ngoại

［遠足］が楽しみだ 14

I'm looking forward to [the excursion]. / 我很期待［春游］。/
Tôi đang mong chờ [chuyến dã ngoại].

きょうか
教科 1
subjects / 科目 / Môn học

国語 2
こくご
Japanese /
语文 /
môn quốc ngữ

書道 3
しょどう
calligraphy / 书法 / Thư pháp

古典 4
こてん
classical Japanese literature /
古文 / Văn học cổ điển Nhật
Bản

英語 5
えいご
English / 英语 / Tiếng Anh

数学 6
すうがく
math / 数学 / Toán học

先生 21
せんせい
teacher / 老师? /
Giáo viên

理科 8
りか
science / 理科 /
Khoa học

物理 9
ぶつり
physics / 物理 /
Vật lý

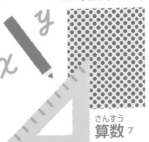

算数 7
さんすう
arithmetic /
算术 /
Môn số học

化学 10
かがく
chemistry / 化学 /
Hóa học

生物 11
せいぶつ
biology / 生物 /
Sinh học

地学 12
ちがく
earth science /
地球科学 / Địa học

社会 13
しゃかい
social studies / 社会研究 / Xã hội

地理 16
ちり
geography / 地理 / Địa lý

歴史 14
れきし
history / 历史 / Lịch sử

現代社会 15
げんだいしゃかい
modern society /
现代社会 /
Xã hội hiện đại

公民 17
こうみん
civics / 公民 / Công dân học

政治・経済 18
せいじ けいざい
politics, economics / 政治・经济 /
Chính trị và Kinh tế

生活 19
せいかつ
lifestyle / 生活 / Lối sống

倫理 20
りんり
ethics / 伦理 / Luân lí

家庭・技術 22
かてい・ぎじゅつ
home economics, technology /
家务・技术 /
Gia đình và kỹ thuật

授業 23
じゅぎょう
class / 上课 / giờ học

ホワイトボード 24
whiteboard / 白板 / Bảng trắng

保健体育 27
ほけんたいいく
health and physical education /
健康与体育 / Sức khỏe và giáo dục
thể chất

教室 25
きょうしつ
classroom / 课堂 /
Phòng học

生徒 26
せいと
student / 学生 /
Học sinh

美術 28
びじゅつ
art / 美术 / Mỹ thuật

図工 29
ずこう
arts and crafts / 图画和手工 /
Nghệ thuật và thủ công

音楽 30
おんがく
music / 音乐 / Âm nhạc

総合 31
そうごう
comprehensive study /
综合学习 /tổng hợp

特別活動 32
とくべつかつどう
special activities
[extracurricular activities] /
教学以外的校内教育活动 /
Hoạt động đặc biệt

道徳 33
どうとく
morality [moral education] /
道德 / Đạo đức

学級活動 34
がっきゅうかつどう
school activities / 级会 /
Hoạt động lớp học

[理科] は得意だけれど [音楽] が苦手 35
りか・とくい・おんがく・にがて
good at [science] but not good at [music] /
擅长 [理科] 但不擅长 [音乐] /
giỏi về các môn [khoa học] tự nhiên nhưng yếu về
[âm nhạc]

Part
13

丸 / 円 2
まる / えん
circle / 圓形 / Hình tròn

球形 3
きゅうけい
sphere / 球体 / Hình cầu

三角（形）5
さん かく けい
triangle / 三角形 / Tam giác

楕円形 4
だ えん けい
oval [oblong] / 椭圆形 / Hình bầu dục

正三角形 6
せい さん かく けい
equilateral triangle /
等边三角形 /
Tam giác đều

二等辺三角形 8
に とう へん さん かく けい
isosceles triangle / 等腰三角形 /
Tam giác cân

直角三角形 7
ちょっかく さん かく けい
right triangle / 直角三角形 /
Tam giác vuông

四角（形）9
し かく けい
quadrilateral / 四边形 / (Hình) tứ giác

正方形 10
せい ほう けい
square / 正方形 /
Hình vuông

長方形
（長四角）11
ちょう ほう けい
なが し かく
rectangle / 长方形 /
Hình chữ nhật

五角形 12
ご かく けい
pentagon / 五角形 /
Ngũ giác

六角形 13
ろっ かっ けい
hexagon / 六边形 /
Lục giác

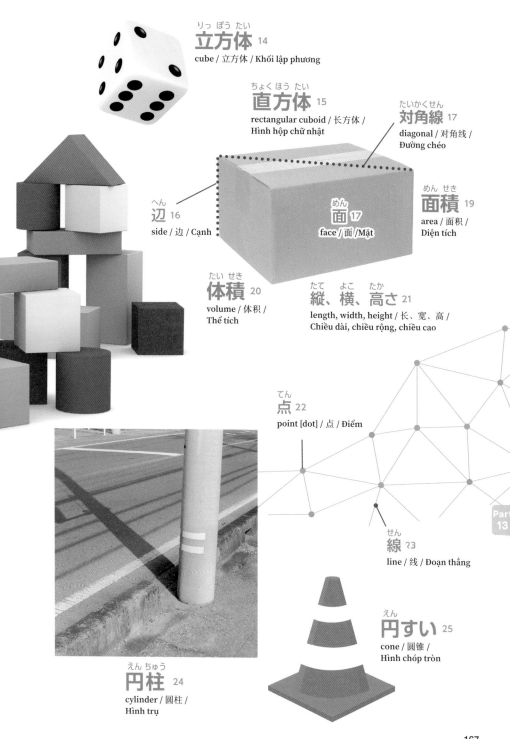

りっぽう たい
立方体 14
cube / 立方体 / Khối lập phương

ちょくほう たい
直方体 15
rectangular cuboid / 长方体 /
Hình hộp chữ nhật

たいかくせん
対角線 17
diagonal / 对角线 /
Đường chéo

へん
辺 16
side / 边 / Cạnh

めん
面 17
face / 面 / Mặt

めん せき
面積 19
area / 面积 /
Diện tích

たい せき
体積 20
volume / 体积 /
Thể tích

たて よこ たか
縦、横、高さ 21
length, width, height / 长、宽、高 /
Chiều dài, chiều rộng, chiều cao

てん
点 22
point [dot] / 点 / Điểm

せん
線 23
line / 线 / Đoạn thẳng

えん
円すい 25
cone / 圆锥 /
Hình chóp tròn

えん ちゅう
円柱 24
cylinder / 圆柱 /
Hình trụ

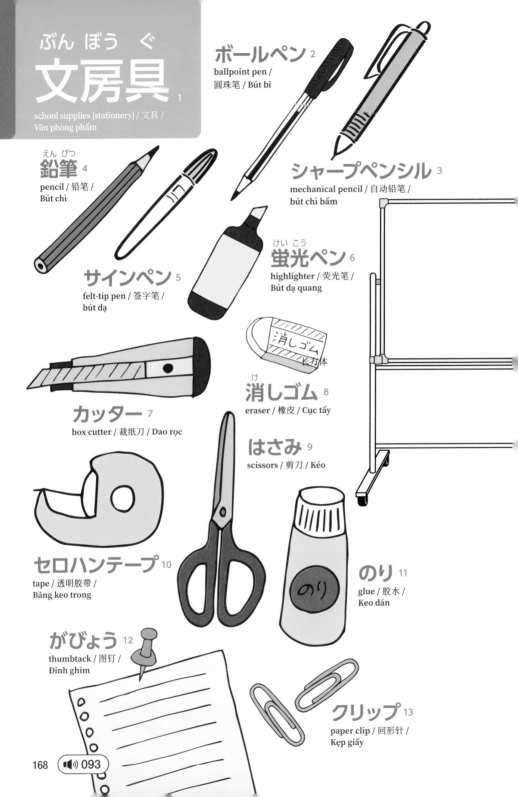

ボールペン 2
ballpoint pen / 圆珠笔 / Bút bi

えん ぴつ
鉛筆 4
pencil / 铅笔 / Bút chì

シャープペンシル 3
mechanical pencil / 自动铅笔 / bút chì bấm

サインペン 5
felt-tip pen / 签字笔 / bút dạ

けい こう
蛍光ペン 6
highlighter / 荧光笔 / Bút dạ quang

消しゴム
长刃体

け
消しゴム 8
eraser / 橡皮 / Cục tẩy

カッター 7
box cutter / 裁纸刀 / Dao rọc

はさみ 9
scissors / 剪刀 / Kéo

セロハンテープ 10
tape / 透明胶带 / Băng keo trong

のり 11
glue / 胶水 / Keo dán

がびょう 12
thumbtack / 图钉 / Đinh ghim

クリップ 13
paper clip / 回形针 / Kẹp giấy

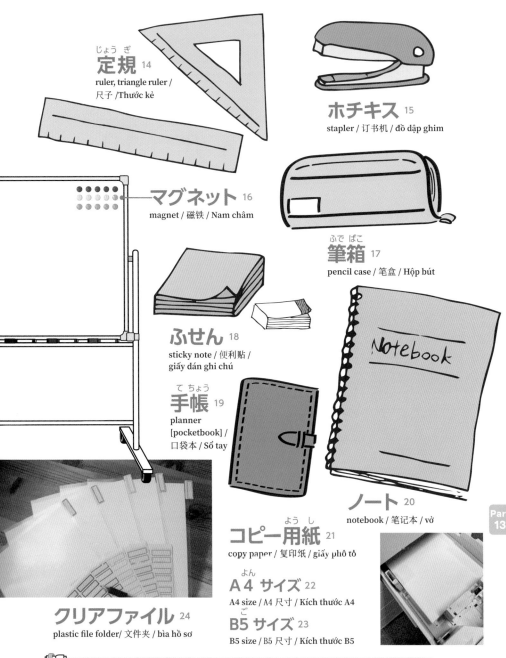

じょう ぎ
定規 14
ruler, triangle ruler /
尺子 /Thước kẻ

ホチキス 15
stapler / 订书机 / đồ dập ghim

マグネット 16
magnet / 磁铁 / Nam châm

ふで ばこ
筆箱 17
pencil case / 笔盒 / Hộp bút

ふせん 18
sticky note / 便利贴 /
giấy dán ghi chú

て ちょう
手帳 19
planner
[pocketbook] /
口袋本 / Sổ tay

Notebook

ノート 20
notebook / 笔记本 / vở

よう し
コピー用紙 21
copy paper / 复印纸 / giấy phô tô

よん
A4 サイズ 22
A4 size / A4 尺寸 / Kích thước A4

ご
B5 サイズ 23
B5 size / B5 尺寸 / Kích thước B5

クリアファイル 24
plastic file folder/ 文件夹 / bìa hồ sơ

ぶん ぼう ぐ　　　わす　　　　も
[文房具] を忘れずに持ってきてください 25
Don't forget to bring [stationery]. / 别忘了带 [文具]。/Đừng quên mang theo [văn phòng phẩm].

基本的な計算 [1]

き ほん てき けい さん

basic calculations / 基本计算 / tính toán cơ bản

足し算 [2]
た ざん
addition / 加法 / phép cộng

に たす はち は じゅう
2 + 8 = 10 [3]

2+8=10 / 2+8=10 / 2+8=10

引き算 [4]
ひ ざん
subtraction / 减法 / phép trừ

じゅう ひく はち は に
10 − 8 = 2 [5]

10-8=2 / 10-8=2 / 10-8=2

かけ算 [6]
ざん
multiplication / 乘法 / phép nhân

に かける はち は じゅうろく
2 × 8 = 16 [7]

2×8=16 / 2×8=16 / 2×8=16

割り算 [8]
わ ざん
division / 除法 / phép chia

はち わる に は よん
8 ÷ 2 = 4 [9]

8÷2=4 / 8÷2=4 / 8÷2=4

Part14

スポーツと レクリエーション

sports and recreation / 体育和娱乐 / Thể thao và giải trí

ここでは、体も心もリフレッシュできるような スポーツやゲーム、さまざまレクリエーションを みていきましょう。

Let's take a look at sports, games, and various recreational activities that refresh the body and mind.

在这里，我们将介绍能让您焕然一新的运动、游戏和各种娱乐活动。

Tại đây, chúng ta hãy cùng xem các môn thể thao, trò chơi và các hoạt động giải trí khác nhau có thể giúp mình tươi tỉnh.

スポーツ 1

sports / 运动 / Thể thao

サッカー 2
soccer / 足球 / bóng đá

野球 3
baseball / 棒球 / bóng chày

水泳 4
swimming / 游泳 / bơi lội

ランニング 6
running / 跑步 / chạy bộ

ラグビー 5
rugby / 英式橄榄球 / bóng bầu dục

陸上競技 8
track and field [athletics] / 田径比赛 / thể thao điền kinh

ソフトボール 7
softball / 垒球 / bóng mềm

バレエ 10
ballet / 芭蕾舞 / Ba lê

ゴルフ 9
golf / 高尔夫球 / gôn

レスリング 13
wrestling / 摔跤 / đấu vật

ダンス 11
dance / 跳舞 / nhảy, khiêu vũ

ボクシング 12
boxing / 拳击 / quyền anh

テニス 14
tennis / 网球 / quần vợt

卓球 15
たっきゅう
table tennis / 乒乓球 /
bóng bàn

バドミントン 16
badminton / 羽毛球 / cầu lông

バスケットボール 17
basketball / 篮球 / bóng rổ

ハンドボール 18
handball / 手球 / bóng ném

バレーボール 19
volleyball / 排球 /
bóng chuyền

フィギュアスケート 20
figure skating / 花样滑冰 /
trượt băng nghệ thuật

スケート 21
skating / 滑冰 / trượt băng

スキー 22
skiing / 滑雪 / trượt
tuyết

[野球]の試合に勝つ 23
や きゅう　　し あい　か
win the [baseball] game / 赢得 [棒球] 比赛 /
giành chiến thắng trong trận thi đấu [bóng chày]

アニメ・マンガ 1

anime, manga / 动画 漫画 / phim hoạt hình, truyện Manga

コミックマーケット [コミケ] 2

Comic Market [Comiket] / 同人志即卖会（CM）/ Sự kiện Comic Market

同人誌 3
どう じん し

dojinshi [self-published magazines, manga, etc.] / 同人志 / tạp chí do những người có cùng tư tưởng, mục đích phát hành

連載 4
れんさい

serialization / 连载 / phát hành nhiều kỳ

主人公 5
しゅ じん こう

main character / 主角 / Nhân vật chính

<ruby>声優<rt>せい ゆう</rt></ruby> 6

voice actor / 配音演员 /
diễn viên lồng tiếng

アニソン 7

anime song(s) / 动漫歌曲
/Bài hát trong anime

キャラクター 8

character / 角色 / Nhân vật

コスプレ 9

cosplay / 角色扮演 /
kỹ xảo điện ảnh

<ruby>特撮<rt>とく さつ</rt></ruby> 10

special effects /
特撮片 /
Hiệu ứng đặc biệt

<ruby>戦隊<rt>せん たい</rt></ruby>もの 11

sentai [squadron] heroes / 战队 /
thể loại lực lượng chiến đấu

ゲーム 12

game / 游戏
/ Trò chơi

RPG 13

role-playing game
[RPG] / 角色扮演游
戏 / Trò chơi nhập vai

ファンタジー 14

fantasy / 幻想 / không tưởng

Part
14

<ruby>聖地<rt>せい ち</rt></ruby> 15

anime location / 圣地 /
thánh địa

<ruby>聖地巡礼<rt>せい ち じゅん れい</rt></ruby> 16

anime pilgrimage / 圣地巡礼 /
cuộc hành hương anime

[セーラームーン] の
<ruby>大<rt>だい</rt></ruby>ファンです 17

I'm a big [Sailor Moon] **fan.** / 我是 [美少女战士] 的忠实粉丝。
/ Tôi là một fan hâm mộ lớn của [Sailor Moon].

レクリエーション ₁

recreation and leisure / 娱乐 / giải trí

温泉 ₂
おんせん

hot spring /
温泉 /
suối nước nóng

キャンプ ₃

camping / 露营 / trại

山登り ₄
やまのぼ

mountain climbing / 登山 / leo núi

サウナ ₅

sauna / 桑拿 / tắm hơi

園芸 [ガーデニング] ₆
えんげい

gardening / 园艺 / làm vườn

カラオケ ₇

karaoke / 卡拉 OK / karaoke

楽器 ₈
がっき

musical instrument(s) [playing an instrument] /
乐器 / nhạc cụ

ゲーム 9
games / 游戏 /trò chơi

映画 11
movies / 电影 /
phim điện ảnh

ボーリング 10
bowling / 保龄球 / bowling

つ
釣り 12
fishing / 钓鱼 / câu cá

おん がく き
音楽を聴く 14
(listening to) music / 听音乐 /
nghe nhạc

どく しょ
読書 13
reading / 阅读 / đọc sách

え
絵をかく 15
painting / 画画 /
vẽ tranh

ダンス 16
dance / 舞蹈 / nhảy

ヨガ 17
yoga / 瑜伽 / yoga

Part 14

やす つ たの
休みには [釣り] をして楽しむ 18
I enjoy [fishing] on my days off. / 我休息日喜欢[钓鱼]。/ Tôi thích [câu cá] vào những ngày nghỉ.

177

見_みるスポーツ 1

spectator sports / 观看体育赛事 / xem thể thao

野球_{やきゅう} 2
baseball / 棒球 / bóng chày

サッカー 3
soccer / 足球 / bóng đá

ゴルフ 4
golf /
高尔夫球 /
golf

フィギュアスケート 5
figure skating / 花样滑冰 / trượt băng nghệ thuật

大相撲_{おおずもう} 6
sumo (wrestling) / 相扑 / vật sumo

バスケットボール 9
basketball / 篮球 / bóng rổ

バレーボール 7
volleyball / 排球 /
bóng chuyền

テニス 8
tennis / 网球 / quần vợt

Part 15

日本的なこと
に ほん てき

Japanese things / 纯日式内容 / Những điều liên quan đến Nhật Bản

ここでは日本の伝統的なスポーツや遊び、
食べ物などをみていきましょう。

Here we will look at aspects of traditional Japanese culture--sports, food, and more.

下面我们来看看日本传统的活动和常见的食品和饮料。

Chúng ta hãy cùng tìm hiểu các môn thể thao, trò chơi và ẩm thực truyền thống của Nhật Bản.

日本の地域 1

<ruby>日<rt>に</rt>本<rt>ほん</rt></ruby>の<ruby>地<rt>ち</rt>域<rt>いき</rt></ruby> 1

map of Japan / 日本地图 / Bản đồ Nhật Bản

<ruby>九州地方<rt>きゅうしゅうちほう</rt></ruby> 2

① <ruby>福岡県<rt>ふくおかけん</rt></ruby> 3

② <ruby>佐賀県<rt>さがけん</rt></ruby> 4

③ <ruby>長崎県<rt>ながさきけん</rt></ruby> 5

④ <ruby>熊本県<rt>くまもとけん</rt></ruby> 6

⑤ <ruby>大分県<rt>おおいたけん</rt></ruby> 7

⑥ <ruby>宮崎県<rt>みやざきけん</rt></ruby> 8

⑦ <ruby>鹿児島県<rt>かごしまけん</rt></ruby> 9

⑧ <ruby>沖縄県<rt>おきなわけん</rt></ruby> 10

<ruby>中国地方<rt>ちゅうごくちほう</rt></ruby> 11

⑨ <ruby>鳥取県<rt>とっとりけん</rt></ruby> 12

⑩ <ruby>島根県<rt>しまねけん</rt></ruby> 13

⑪ <ruby>岡山県<rt>おかやまけん</rt></ruby> 14

⑫ <ruby>広島県<rt>ひろしまけん</rt></ruby> 15

⑬ <ruby>山口県<rt>やまぐちけん</rt></ruby> 16

<ruby>四国地方<rt>しこくちほう</rt></ruby> 17

⑭ <ruby>香川県<rt>かがわけん</rt></ruby> 18

⑮ <ruby>徳島県<rt>とくしまけん</rt></ruby> 19

⑯ <ruby>愛媛県<rt>えひめけん</rt></ruby> 20

⑰ <ruby>高知県<rt>こうちけん</rt></ruby> 21

<ruby>近畿地方<rt>きんきちほう</rt></ruby> 22

⑱ <ruby>三重県<rt>みえけん</rt></ruby> 23

⑲ <ruby>滋賀県<rt>しがけん</rt></ruby> 24

⑳ <ruby>京都府<rt>きょうとふ</rt></ruby> 25

㉑ <ruby>大阪府<rt>おおさかふ</rt></ruby> 26

㉒ <ruby>兵庫県<rt>ひょうごけん</rt></ruby> 27

㉓ <ruby>奈良県<rt>ならけん</rt></ruby> 28

㉔ <ruby>和歌山県<rt>わかやまけん</rt></ruby> 29

<ruby>中部地方<rt>ちゅうぶちほう</rt></ruby> 30

㉕ <ruby>愛知県<rt>あいちけん</rt></ruby> 31

㉖ <ruby>岐阜県<rt>ぎふけん</rt></ruby> 32

㉗ <ruby>富山県<rt>とやまけん</rt></ruby> 33

㉘ <ruby>石川県<rt>いしかわけん</rt></ruby> 34

㉙ <ruby>福井県<rt>ふくいけん</rt></ruby> 35

[京都] に行ってみたい 56
きょうと　　　い

I want to go to Kyoto] / 我想去 [京都] / Tôi muốn đến [Kyoto].

Part
15

日本的な習い事 にほんてき なら ごと 1

Japanese activities learned in lessons / 日本独特的技艺课 / Những môn năng khiếu truyền thống của Nhật

お茶 ちゃ 2
tea ceremony / 茶道 / Lễ trà

お花 はな 3
flower arrangement / 插花 / cắm hoa

書道 しょどう 4
calligraphy / 书法 / thư pháp

そろばん 5
abacus / 算盘 / bàn tính

着付け きつ 6
dressing in kimono / 和服穿法 /
cách mặc kimono

<ruby>和太鼓<rt>わ だい こ</rt></ruby> 7

Japanese drums [Japanese drumming / taiko] / 日本鼓 / trống nhật bản

<ruby>空手<rt>から て</rt></ruby> 8

karate / 空手道 / võ karate

<ruby>剣道<rt>けん どう</rt></ruby> 9

kendo [Japanese fencing] / 剣道 / kiếm đạo

<ruby>陶芸<rt>とう げい</rt></ruby> 10

pottery [ceramics] / 陶器 / đồ gốm

[<ruby>お花<rt>はな</rt></ruby>]を<ruby>習<rt>なら</rt></ruby>う 11

learn [study] [flower arrangement] / 学[插花] / học [cắm hoa]

いしょう
衣装 1

clothiong / 穿衣 / Trang phục

き もの
着物 2
kimono / 和服 / kimono

くろ とめ そで
黒留袖 3
black formal kimono /
黑色和服 / kimono đen
(loại áo rất cao cấp)

は おり
羽織 4
haori (coat) / 羽织
/áo haori

はかま 5
hakama [wide
trousers] / 袴 /
hakama

ゆ かた
浴衣 6
yukata / 浴衣 / yukata

さ む え
作務衣 7
monk's working clothes / （僧侶）处理日常
杂物时的穿着 /quần áo làm việc của nhà sư

ゆ かた　　 き
[浴衣] を着る 8

wear a [yukata] / 穿 [浴衣] / mặc [yukata]

白無垢 9
しろ む く

white wedding kimono / 纯白色和服
（婚礼用）/ kimono trắng（dành cho
đám cưới）

振袖 10
ふり そで

furisode [long-sleeve
kimono] / 振袖（和服的
一种）/ furisode

帯 11
おび

obi [sash] / 和服腰带 /
thắt lưng kimono

髪飾り 12
かみ かざ

hair ornament / 发饰 /
đồ trang trí tóc

足袋 15
た び

tabi [socks] / 分趾袜 /
giày và tất Tabi

ショール 14

shawl / 披肩 /
khăn choàng

バッグ 13

bag / 包 / cái túi

ぞうり 16

zori [sandals] / 草鞋 /
dép cỏ

下駄 17
げ た

geta [clogs] / 木屐 /
guốc

📖
[ぞうり] をはく 18

wear [sandals] / 穿[草鞋] / mang [dép] cỏ

伝統芸能とスポーツ

でんとうげいのう

traditional performing arts and sports / 传统表演艺术和体育 / nghệ thuật và thể thao truyền thống 1

相撲 2
すもう

sumo (wrestling) / 相扑 /
vật sumo

歌舞伎 3
かぶき

kabuki / 歌舞伎 /
kịch Kabuki

能 4
のう

Noh / 能（日本传统技艺的一种）/
kịch Nô

雅楽 5
が がく

gagaku (court music)
/ 宫廷古乐 /nhã nhạc
gagaku

狂言 6
きょう げん

kyogen [comic
theater] / 狂言（日
本传统技艺的一
种）/ kyogen

[歌舞伎] に興味がある 7
かぶき　　　　きょうみ

interested in [kabuki] / 对 [歌舞伎] 感兴趣 /
quan tâm đến [Kabuki]

日本舞踊 8
にほんぶよう

Japanese dance / 日本舞 / múa Nhật Bản/

文楽 9
ぶんらく

bunraku [traditional Japanese puppet theater] / 文乐（木偶戏中的一种）/ bunraku (chương trình múa rối truyền thống của Nhật Bản)

落語 10
らくご

rakugo [comic storytellng] / 单口相声 / rakugo (kể chuyện hài truyền thống của Nhật Bản)

漫才 11
まんざい

duo comedy / 相声 / vở hài kịch do bộ đôi trình diễn

合気道 12
あいきどう

aikido / 合气道 / aikido

柔道 13 judo / 柔道 / judo
じゅうどう

弓道 14
きゅうどう

kyudo [Japanese archery] / 射箭 / cung đạo

遊びと楽器 ₁

あそ　　　がっき

games and musical instrument / 玩耍和乐器 /
trò chơi và nhạc cụ

遊び ₂

あそ

games / 玩 / chơi

おにごっこ ₃

tag / 捉迷藏 / đuổi bắt

かくれんぼ ₄

hide and seek / 藏猫猫 / trốn tìm

こま ₅

top spinning / 陀螺 / con quay

けん玉 ₆

だま

kendama [Japanese cup-and-ball] /
剑玉 / kendama

たこあげ ₇

kite flying / 放风筝 /
thả diều

かるた ₈

karuta [card-
matching game] /
歌牌 /
chơi bài
karuta

じゃんけん ₉

rock-paper-scissors /
猜拳 / oẳn tù tì

グー ₁₀

rock / 石头 /
búa

チョキ ₁₁

scissors / 剪刀 /
kéo búa

パー ₁₂

paper / 布 /
bao

ままごと 13
play house / 过家家 / chơi đồ hàng

将棋 14
しょうぎ

shogi / 将棋 /
shogi

囲碁 15
いご

go / 围棋 / cờ vây

おりがみ 16
origami / 折纸 /
xếp giấy origami

つづみ 18
hand drum / 手鼓 /
trống cầm tay

楽器 17
がっき

(musical) instrument / 乐器 /
nhạc cụ

和太鼓 19
わだいこ

taiko [Japanese drum] /
日本鼓 /
trống Nhật Bản

尺八 22
しゃくはち

shakuhachi / 尺八 /
Sáo shakuhachi

三味線 20
しゃみせん

shamisen / 三味线 /
đàn shamisen

横笛 21
よこぶえ

transverse flute /
横笛 / sáo ngang

琴 23
こと

koto / 琴 [日本古筝]/
đàn koto/

Part
15

[琴] をひく 24
こと

play [(the) koto] / 弹 [琴] / chơi [đàn koto]

まつ
祭り 1
festivals / 节日 / lễ hội

なつ まつ
夏祭り 2
summer festival / 夏日祭 / Lễ hội mùa hè

ぼん おど
盆踊り 3
bon festival dance [bon odori] / 盆舞 / múa obon

はな び
花火 4
fireworks / 花火 / pháo hoa

や たい
屋台 5
food stand (stall) / 移动摊 / quán via hè

ヨーヨー釣り 6
yo-yo fishing / 钓水球 / câu cá yoyo

きんぎょ
金魚すくい 7
goldfish scooping / 捞金鱼 / múc cá vàng

わたあめ 8
cotton candy / 棉花糖 / kẹo bông

や
たこ焼き 9
takoyaki / 章鱼烧 / takoyaki(bánh bạch tuột nướng)

秋祭り 10
<ruby>秋<rt>あき</rt></ruby> <ruby>祭<rt>まつ</rt></ruby>り

autumn festival / 秋日祭 / Lễ hội mùa thu

ちょうちん 11

paper lantern / 纸灯笼 /
đèn lồng

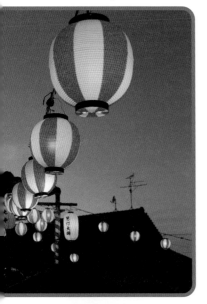

みこし 12

portable shrine / 神舆 / kiệu nghinh rước

おはやし 13

musical accompaniment /
音乐伴奏 /
dàn nhạc lễ hội

はちまき 15

headband / 头巾 /
dài buộc quanh đầu

うちわ 16

paper fan /
团扇 / quạt giấy

はっぴ 17

happi coat /
法披
（庆典用服装）/
áo happi

Part
15

山車 14
<ruby>山<rt>だ</rt></ruby> <ruby>車<rt>し</rt></ruby>

festival car [float] / 彩车 /
xe diễu hành trong lễ hội

［ヨーヨー釣り］をやってみる 18
［ヨーヨー<ruby>釣<rt>つ</rt></ruby>り］をやってみる

try [yo-yo fishing] / 试试 [钓水球] / hãy thử [câu cá yo-yo]

じんじゃ
神社 1

shrine / 神社 / Đền thờ thần đạo

しんとう
神道 2

Shinto / 神道 / Đạo Shinto

とりい
鳥居 3

torii gate / 鸟居（类似牌坊的建筑，神界的门）/ Cổng đền thần đạo Torii

さんどう
参道 4

path [approach] to a shrine / 参拜用的道路 / đường đến đền thờ

はいでん
拝殿 5

worship hall / 参拜大殿 / Nhà thờ cúng

すず
鈴 6

bell / 铃铛 / Chuông

ちょうずばち 9

washbasin / 净手池 / bồn rửa tay, súc miệng trước khi vào đền

しめ縄 7
なわ

shimenawa[sacred rope] / 注连绳（常见于日本神社）/ Dây thắt trước cửa đền thờ

さいせんばこ 8

offertory box / 赛钱箱（类似庙内功德箱）/ Hòm lễ tạ

おみくじ 10

fortune telling / 抽签 / thẻ xăm

いぬ
こま犬 13

komainu[lion dog] / 看门狗 / tượng chó bằng đá trước đền thờ

かんぬし
神主 14

Shinto priest / 神职人员 / người trụ trì của đền Thần đạo

きょう
凶 11

bad luck / 凶 / hung

きち
吉 12

good luck / 吉 / cát, may mắn

みこ
巫女 15

shrine maiden / 巫女（日本神职之一）/ Người nữ phụ sự trong đền thờ

えま
絵馬 16

ema [plaque] / 绘马 / tấm thẻ gỗ viết điều ước

じんじゃ   まい
[神社]にお参りする 17

visit a [shrine] / 参拜［神社］/ Đến viếng [đền]

てら
寺 1
temple · / 寺庙 / Ngôi chùa

ぶっきょう
仏教 2
Buddhism / 佛教 / đạo Phật

ぶつぞう
仏像 3
Buddha statue / 佛像 / Tượng Phật

じぞう
お地蔵さん 5
Jizo (statue)/ 地藏 / Tượng Địa tạng

しゃか
お釈迦さま 4
Buddha / 佛 / Phật Thích Ca

におう
仁王 6
Nio / 仁王 / Nhân vương

だいぶつ
大仏 7
Great Buddha / 大佛 / Đại Phật

ぼう
お坊さん 8
monk / 僧侶 / nhà sư

ごじゅう とう
五重の塔 12
five-storied pagoda / 五层宝塔 / Tháp ngũ tầng

てら
寺 11
temple / 寺庙 / Ngôi chùa

ほんどう
本堂 9
main hall / 正殿 / Chánh điện

きょう
お経 10
sutra / 佛经 / Kinh Phật

そうしき
お葬式 13
funeral / 葬礼 / Lễ tang

ほうじ
法事 15
memorial service / 追悼会 / Cầu siêu

じゅず
数珠 16
prayer beads / 念珠 / Chuỗi kiết

せんこう
線香 14 incense / 香 / Nhang

Part 15

🔊 106   193

日本の工芸 1

にほん　こうげい

Japanese crafts / 日本工艺品 / hàng thủ công mỹ nghệ của Nhật

切子 2

きりこ

kiriko [cut glass] / 切子（一种玻璃打磨工艺或其形成的工艺制品）/ thuỷ tinh chạm khắc hoa văn

陶磁器 3

とうじき

ceramics / 陶瓷 / gốm sứ

漆塗り 4

うるし ぬ

lacquerware / 涂漆（生漆加工工艺或其形成的器物）/ sơn mài

金箔 5

きんぱく

gold leaf / 金箔 / mạ vàng

人形 6 doll / 人偶 / búp bê

にんぎょう

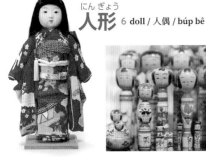

こけし 7

Kokeshi doll / 木小芥子娃娃 / búp bê Kokeshi

染色 8

せんしょく

fabric dyeing / 染色 / nhuộm vải

織物 10 weaving [woven fabric] / 织物 / vải dệt

おりもの

和紙 9

わし

washi [Japanese paper] / 日本纸 / giấy Nhật Bản

お土産は [和紙] がいい 11

みやげ　　わし

[Japanese paper] is a good souvenir. / [日本纸] 很适合作为伴手礼。/ [Giấy Nhật Bàn] dùng làm quà lưu niệm rất tốt.

日本の酒 1

にほん　さけ

sake / 日本的酒 / Rượu sake

大吟醸 2
だいぎんじょう

daiginjo / 大吟酿 / rượu Daiginjo

純米酒 3
じゅんまいしゅ

pure rice sake /
纯米清酒 / rượu sake
gạo nguyên chấtt

新酒 4
しんしゅ

new sake /
新清酒 /
rượu sake mới

冷酒 6
れいしゅ

cold sake / 冷酒 /
rượu sake để lạnh

日本酒 5
にほんしゅ

(Japanese) sake / 日本清酒 /
rượu sake nhật bản

熱かん 7
あつ

hot sake / 热酒 /
rượu sake nóng

杜氏 8
とうじ

chief brewer(s) / 清酒酿造长 /
người nấu rượu

酒蔵 9
さかぐら

brewery / 酒窖 / Nhà làm rượu

泡盛 10
あわもり

awamore [Okinawan liquor] /
泡盛 / awamori

焼酎 11
しょうちゅう

shochu [distilled liquor]/
烧酒 / shochu

梅酒 12
うめしゅ

plum wine / 梅酒 / Rượu mơ

[酒] に酔う 13
さけ　よ

get drunk on [sake] / 醉 [酒] / Say rượu [sake]

おでん 1

oden ingredients / 关东煮 / Món Oden

ぎゅう
牛すじ 2
beef tendon /
牛筋 / Gân bò

がんも 3
fried tofu (fritter) /
豆泡 /
đậu hủ chiên

こんぶ 4
kombu [kelp] / 海带
tảo bẹ

ちくわ 6
chikuwa fish cake / 竹轮
（一种鱼肉料理）/ bánh cá
chikuwa

だいこん 5
Japanese white radish /
白萝卜 / củ cải

はんぺん 7
hanpen [steamed fish cake] /
鱼肉山芋饼 / chả cá

もちきんちゃく 8
rice cake wrapped in fried tofu /
饼巾着（年糕豆腐包）/
bánh gạo bọc đậu phụ chiên

たまご（ゆでたまご）9
boiled egg / 煮鸡蛋 / trứng luộc

しらたき 10
konnyaku [konjac] noodles /
魔芋丝 / mì konjac

つくね 11
chicken meatballs /
鸡肉丸子 /
thịt gà viên

こんにゃく 12
konnyaku [konjac] /
魔芋 / konjac

さつまあげ 13
fried fish cake / 炸鱼肉饼 /
bánh cá chiên

Part 16

仕事と会社
し ごと かい しゃ

work and companies / 工作和公司 / Công việc và công ty

ここでは会社の組織の名前の例や会社の内部の
ようす、作業の一部などをみてみましょう。
かい しゃ そ しき な まえ れい かい しゃ ない ぶ
さ ぎょう いち ぶ

Here we will look at some elements of company organization and the
inner workings of a company.

在此，我们将举例说明公司结构的名称、公司的内部运作和一些业务。

Dưới đây, chúng ta sẽ xem một số ví dụ về tên các tổ chức, cũng như một
số chi tiết bên trong công ty, một phần của công việc, v.v.

会社組織図の例 1
かいしゃ そしきず　　れい

company organization chart / 公司组织架构图例 / Sơ đồ tổ chức công ty

大企業 2
だい き ぎょう

large company / 大型企业 / Doanh nghiệp lớn

中小企業 3
ちゅうしょう き ぎょう

small and medium-sized enterprises/
中小企業 /
Doanh nghiệp vừa và nhỏ

大企業の組織の例 4
だい き ぎょう　　そしき　　れい

organization of a large company (example) /
大型公司组织的示例 / Ví dụ về một tổ chức công ty lớn

株主総会 5
かぶぬしそうかい

general shareholders meeting / 股东大会 / Đại hội cổ đông

監査役 8
かんさやく

auditor / 監察人 /
kiểm toán viên

取締役会 6
とりしまりやくかい

board of directors / 公司董事会 /hội đồng quản trị

社外取締役 9
しゃがいとりしまりやく

external board member /
外部董事 / thành viên hội đồng
quản trị độc lập

代表取締役 (CEO) 10
だいひょうとりしまりやく

president and chief exective officer [CEO] / 行政总裁 /
Chủ tịch kiêm Giám đốc điều hành

取締役 7
とりしまりやく

board director / 公司董事 /giám đốc

事業本部
じ ぎょうほん ぶ
事業本部長 11
じ ぎょうほん ぶ ちょう

business headquarters,
chief of business headquarters /
事业总部、事业总部经理 /
Trụ sở kinh doanh,
Tổng giám đốc đơn vị kinh doanh

技術本部
ぎ じゅつほん ぶ
技術本部長 12
ぎ じゅつほん ぶ ちょう

technology headquarters ,
chief of technology headquarters /
技术总部、技术总部经理 /
Phòng kỹ thuật
Trưởng phòng kỹ thuật

管理本部
かんり ほん ぶ
管理本部長 13
かんり ほん ぶ ちょう

management headquarters,
chief of management headquarters /
管理总部、管理总部经理 /
Phòng quản lý
Trưởng phòng quản lý

examples of job titles / 职位示例 / chức vụ

👤 **本部長** 15 general manager / 总部经理 / giám đốc công ty tổng
ほんぶちょう

👤 **部長** 16 department manager / 部门经理 / trưởng phòng
ぶちょう

👤 **課長** 17 section chief [manager] / 部门主管 / trưởng bộ phận
かちょう

👤 **係長** 18 assistant manager / 日企最基层的管理员长 / tổ trưởng
かかりちょう

👤 **主任** 19 supervisor [chief] / 主日企最基层的管理员 / chủ nhiệm
しゅにん

ぶしょ れい
部署の例 20

example of department name / 部门名称示例 / Ví dụ về tên bộ phận

じぎょうほんぶ
事業本部 21
business headquarters /
事业总部 /
trụ sở chính

えいぎょうぶ
営業部 24
sales department / 业务部 / phòng kinh doanh

こうほうぶ
広報部 25
public relations department / 公共关系部 / phòng quảng bá

せんでんぶ
宣伝部 26
advertising department / 广告宣传部 / phòng quảng cáo

ぎじゅつほんぶ
技術本部 22
technology headquarters /
技术总部 /
phòng kỹ thuật

かいはつぶ
開発部 27
R&D [research and development] / 研发部 / phòng phát triển

せいぞうぶ
製造部 28
production department / 生产部 / phòng sản xuất

ひんしつかんりぶ
品質管理部 29
quality assurance department / 品管部 / phòng quản lý chất lượng

じょうほう ぶ
情報システム部 30
information systems department / 信息系统部 / phòng hệ thống thông tin

かんりほんぶ
管理本部 23
management headquarters /
管理总部 /
phòng quản lý

ほうむぶ
法務部 31
legal affairs department / 法务部 / phòng pháp lý

そうむぶ
総務部 32
administrative affairs department / 行政部 / phòng hành chính

じんじぶ
人事部 33
human resources department / 人力资源部 / phòng nhân sự

けいりぶ
経理部 34
accounting department / 会计部 / phòng kế toán

Part
16

会社の部屋と備品 1

かいしゃ　へ や　び ひん

office rooms and equipment / 办公室平面图和办公用品 / Sơ đồ mặt bằng văn phòng và thiết bị

部屋 2
へ や
rooms / 办公房 / văn phòng

複合機 3
ふくごう き
multifunction printer / 多功能一体机 / may in đa chức năng

プリント、コピー、スキャン、ファックス 4
print, copy, scan, fax / 打印、复印、扫描、传真 / in, sao chép, quét, fax

行動予定表 5
こうどう よ ていひょう
schedule / 计划表 / bảng lịch trình

書類 6
しょるい
papers / 文档 / tài liệu

ノートパソコン 7
laptop / 笔记本电脑 / máy tính xách tay

机 8
つくえ
desk / 书桌 / bàn làm việc

キャビネット 10
cabinet / 陈列柜 / tủ hồ sơ

いす 9
chair / 椅子 / cái ghế

電話 11
でん わ
telephone / 电话 / điện thoại

モニター 12
monitor / 显示器 / màn hình

キーボード 13
keyboard / 键盘 / bàn phím

ポインター 14
pointer / 指针 / con trỏ

プロジェクター 16
projector / 投影仪 / máy chiếu

プロジェクター
スクリーン 15
projector screen/ 投影屏幕 /
màn hình máy chiếu

けいこうとう
蛍光灯 19
fluorescent light / 荧光灯 /
đèn huỳnh quang

じゅうでんき
充電器 17
charger / 充电器 / sạc

かいぎしつ
会議室 20
meeting room /
会议室 /
phòng họp

ルーター 18
router / 路由器 / bộ định tuyến

おうせつしつ
応接室 21
reception room / 接待室 /
phòng tiếp khách

きゅうとうしつ
給湯室 23
kitchenette [staff kitchen] /
茶水间 / nhà bếp

ソファ 22
sofa / 沙发 /
ghế sô pha

ポット 25
hot water dispenser / 電熱水壺 /
bình nước nóng

ゆの ぢゃ
湯飲み茶わん 24
(handleless) teacup / 茶碗 / tách trà

コーヒーメーカー 26
coffee maker / 咖啡机 /
máy pha cà phê

コーヒーカップ 27
coffee cup / 咖啡杯 / tách cà phê

TOILET

じょしよう
女子用トイレ 29
women's restroom / 女厕所 /
nhà vệ sinh nữ

だんしよう
男子用トイレ 30
men's restroom / 男厕所 /
nhà vệ sinh nam

きゅうけいしつ
休憩室 28
staff lounge [break room]/
休息室 /phòng nghỉ ngơi

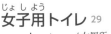

仕事の動作 1

しごと　どうさ

actions at work / 工作行为 / thao tác công việc

① 出社した後で 2

しゅっしゃ　あと

after arriving at the office / 到达办公室后 /
Sau khi đến văn phòng

いすに座る 3
すわ
sit in a chair /
坐在椅子上 /
ngồi xuống ghế

席につく 4
せき
sit at a desk /
坐在座位上 /
ngồi vào bàn

ランチへでかける 27
go out to lunch / 出去吃午饭 /
đi ra ngoài ăn trưa

お弁当を食べる 28
べんとう　た
eat a boxed lunch [bento] / 吃盒饭 /
ăn cơm hộp

次のミーティングの予定を決める 26
つぎ　　　　　　　　　　よてい　き
schedule the next meeting / 安排下一次会议 /
lên lịch cuộc họp tiếp theo

意見を言う 24
いけん　い
make comments / 发表意见 /
đưa ra ý kiến

議論をする 25
ぎ ろん
have a discussion / 进行讨论 /
thảo luận

質問をする 22
しつもん
ask a question / 提问 /
đặt câu hỏi

質問に答える 23
しつもん　こた
answer a question / 回答问题 /
trả lời các câu hỏi

プレゼンをする 21
give a presentation / 发表演讲 /
thuyết trình

プロジェクターの
スイッチを入れる 20
い
turn on the projector /
打开投影仪开关 /
bật công tắc máy chiếu

コーヒーを
いれる 5

make coffee / 冲泡咖啡 /
pha cà phê

キーボードをたたく 8

type on the keyboard / 敲键盘 /
gõ vào bàn phím

パソコンを起動する／
電源を入れる 6

start the computer / 启动电脑、插入电源 /
khởi động máy tính

1日の予定を
確認する 7

check your schedule for the day /
查看一天的计划 /
xem lịch làm việc trong ngày

メールに返信をする 9

reply to email / 回复电子邮件 /
trả lời email

メールを出す 10

send an email / 发送电子邮件 /
gửi email

電話をかける 11

make a phone call / 打电话 /
gọi điện thoại

電話を受ける 12

receive a call / 接听电话 /
nhận cuộc gọi

アポイントをとる 13

make an appointment / 预约 /
đặt một cuộc hẹn

ファックスをする 14

send a fax / 发传真 /
gửi fax

コピーをとる 15

make a copy / 复印 /
phô tô

プリントする 16

print / 打印 / in

書類をスキャンする 17

scan a document / 扫描文档 /
quét tài liệu

プレゼン用の資料を
作る 18

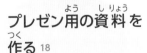

prepare presentation materials /
做演讲资料 / tạo tài liệu thuyết trình

PDF にする 19

convert to PDF / 转换为 PDF / chuyển đổi sang PDF

Part
16

203

② 外出する 1
がい しゅつ
going out of the office / 外出 / đi ra ngoài

終電に乗る 23
しゅうでん の
take the last train /
乗坐末班车 /
đi chuyến tàu cuối cùng

かぎをかける 22
lock the door / 锁门 / khóa cửa

電灯を消す 21
でんとう け
turn off the lights /
关灯 / tắt đèn

残業をする 20
ざんぎょう
work overtime / 加班 /
làm thêm giờ

報告書を書く 17
ほうこくしょ か
write a report / 写报告 / viết báo cáo

見積もりを作成する 18
みつ さくせい
prepare an estimate / 制作报价单 / lập bảng báo giá

見積もりを添付して送る 19
みつ てんぷ おく
send the estimate as an attachment / 以附件形式发送报价 / gửi báo giá dưới dạng tệp đính kèm

オンラインミーティングを予約する 11
よやく
book an online meeting / 预订在线会议 / đặt cuộc họp trực tuyến

ミーティングをする 12
have a meeting / 开会 / họp

画面を共有する 13
がめん きょうゆう
share one's screen / 共享屏幕 / chia sẻ màn hình

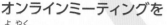

音声をミュートにする 14
おんせい
mute the audio / 静音 / tắt tiếng

会議を録画する 15
かいぎ ろくが
record the meeting / 会议录频 / ghi lại một cuộc họp

ミーティングを終了する 16
しゅうりょう
end the meeting / 结束会议 / kết thúc cuộc họp

<ruby>地下鉄<rt>ちかてつ</rt></ruby>に<ruby>乗<rt>の</rt></ruby>る 2

take the subway / 乘坐地铁 /
đi tàu điện ngầm

<ruby>顧客<rt>こきゃく</rt></ruby>を<ruby>訪問<rt>ほうもん</rt></ruby>する 3

visit clients / 拜访客户 / thăm khách hàng

あいさつをする 4

exchange greetings / 互相问候 /
chào hỏi

<ruby>名刺<rt>めいし</rt></ruby>を<ruby>交換<rt>こうかん</rt></ruby>する 5

exchange business cards / 交换名片 /
trao đổi danh thiếp

<ruby>打<rt>う</rt></ruby>ち<ruby>合<rt>あ</rt></ruby>わせをする 6

have a meeting / 开会 / họp

<ruby>資料<rt>しりょう</rt></ruby>を<ruby>取<rt>と</rt></ruby>り<ruby>出<rt>だ</rt></ruby>す 7

take out documents /
取出文件 / lấy tài liệu ra

<ruby>説明<rt>せつめい</rt></ruby>をする 8

give an explanation /
解释 / giải thích

<ruby>要望<rt>ようぼう</rt></ruby>を<ruby>聞<rt>き</rt></ruby>く 9

listen to requests / 听取请求 /
lắng nghe yêu cầu

<ruby>会社<rt>かいしゃ</rt></ruby>にもどる 10

go back to the office / 回到办公室 /
quay trở lại văn phòng

Part
16

アルバイト 1

part-time work / 打工 / công việc làm thêm

日本でアルバイトができる場所の例 2

places in Japan where people can work part-time / 在日本可以打工工作的地方例 / những nơi bạn có thể làm việc bán thời gian ở Nhật Bản

いんしょくてん
飲食店 3
restaurant / 餐厅 / nhà hàng

カフェ 4
cafe [coffee shop] / 咖啡店 / quán cà phê

い ざ か や
居酒屋 5
Japanese-style pub [izakaya] / 居酒屋 / quán rượu kiểu Nhật

スーパーマーケット 6
supermarket / 超市 / siêu thị

コンビニ 7
convenience store / 便利店 / cửa hàng tiện dụng

ドラッグストア 8
drugstore / 药妆店 / nhà thuốc

こうじょう
工場 9
factory / 工厂 / nhà máy

か でんりょうはんてん
家電量販店 10
electronics store / 家电百货商场 / cửa hàng điện tử

ホテル 11
hotel / 酒店 / khách sạn

クリニック 12
clinic / 诊所 / phòng khám

ご がくがっこう
語学学校 13
language school / 语言学校 / trường dạy tiếng

コールセンター 14
call center / 呼叫中心 / trung tâm cuộc gọi

たくはい
宅配センター 15
delivery center / 快递配送中心 / Trung tâm phân phối

こう じ げん ば
工事現場 16
construction site / 工地 / công trường

Part 17

サバイバルの知識

emergency information / 生存知识 / kiến thức sinh tồn

ここでは日本で事故や災害、困ったことが起きたときに役立つ単語や知識を紹介します。

Here you will learn words and information that are useful in the event of an accident or disaster in Japan.

在这里，你可以找到当日本发生事故、灾害、困扰的时候有用的单词和知识。

Phần này giới thiệu những kiến thức hữu ích trong trường hợp xảy ra tai nạn, thiên tai hoặc rắc rối khác ở Nhật Bản.

<ruby>在外公館<rt>ざいがいこうかん</rt></ruby>に<ruby>相談<rt>そうだん</rt></ruby>する 1

consulting with an overseas embassy / 咨询驻外使领馆 / Tư vấn với sứ quán nước ngoài

<ruby>大使館<rt>たいしかん</rt></ruby> 2

embassy / 大使馆 / Đại sứ quán

<ruby>領事館<rt>りょうじかん</rt></ruby> 3

consulate / 领事馆 / Lãnh sự quán

パスポート 4

passport / 护照 / Hộ chiếu

<ruby>大使館<rt>たいしかん</rt></ruby>で［パスポート］を<ruby>再発行<rt>さいはっこう</rt></ruby>してもらう 5

have (one's) [passport] reissued / 在大使馆重新签发您的[护照] /
Xin cấp lại [hộ chiếu] của bạn tại đại sứ quán

<ruby>出入国在留管理庁<rt>しゅつにゅうこくざいりゅうかんりちょう</rt></ruby>（<ruby>入管<rt>にゅうかん</rt></ruby>）6

Immigration Services Agency / 出入境在留管理厅 /
Cục Quản lý xuất nhập cảnh và cư trú

<ruby>在留資格<rt>ざいりゅうしかく</rt></ruby> 7

status of residence
[residence status] /
在留资格 /
tư cách lưu trú

<ruby>在留<rt>ざいりゅう</rt></ruby>カード 9

residence card / 在留卡 /
thẻ lưu trú

ビザ 8

visa / 签证 / thị thực

<ruby>入管<rt>にゅうかん</rt></ruby>に［ビザの<ruby>更新<rt>こうしん</rt></ruby>に］<ruby>行<rt>い</rt></ruby>く 10

go to the immigration office [to renew your visa] / 前往入管局 ［更新签证］/
Đến văn phòng nhập cư [để gia hạn visa của bạn]

日本の相談窓口
にほん　　　そうだんまどぐち

consultation services in Japan / 日本的咨询窗口 / Quầy tư vấn tại Nhật Bản

日本の４７の都道府県の都庁、道庁、府庁、県庁、および、市町村には、外国人向けのさまざまな相談窓口が置かれています。説明は日本語にふりがながふられるかたちか、英語などかぎられた言語のことが多いので、相談するときには、どの言語に対応しているか、確かめるとよいでしょう。

In Japan, there are various consultation offices for foreign residents in the metropolitan, prefectural, and municipal governments of each of the 47 prefectures.

Explanations are often in Japanese with ruby characters (indicating pronunciation) or in a limited number of languages such as English, so it is advisable to check which languages are available when asking for advice.

在日本 47 个都道府县的市町村都设有各种供外国人咨询的窗口。

通常使用日语假名或英语等几种有限的语言进行解释，因此在咨询时最好先确认使用哪种语言。

Có nhiều quầy tư vấn dành cho người nước ngoài đặt tại các tỉnh và thành phố trực thuộc 47 tỉnh của Nhật Bản.

Các giải thích thường được viết bằng tiếng Nhật có furigana, hoặc một vài ngôn ngữ giới hạn như tiếng Anh, vì vậy khi cần tư vấn nên kiểm tra xem ngôn ngữ nào được hỗ trợ khi tư vấn

東京都の例
とうきょう と　れい

example for Tokyo / 以东京为例 / Ví dụ về Tokyo

京都市の例
きょう と し　れい

example for Kyoto / 以京都为例 /
Ví dụ về thành phố Kyoto

警察に相談する
けいさつ　そうだん

consulting police / 请求警察帮助 / Tư vấn với cảnh sát 1

警察署 2
けいさつしょ
police station / 警察局 / sở cảnh sát

交番 3
こうばん
police box / 派出所 / đồn cảnh sát

警察官（おまわりさん）4
けい さつ かん
police officer / 警察（巡警）/ Cảnh sát viên

落としもの 5
お
lost item / 遺失物品 / Vật bị đánh rơi

道をきく 6
みち
ask for directions / 问路 / Hỏi đường

犯罪 7
はん ざい
crime / 犯罪 / tội ác

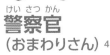 BANK

詐欺 8
さ ぎ
scam / 诈骗 / Lừa đào

強盗 9
ごうとう
robbery / 强盗 / cướp

空き巣 10
あ　す
break-in / 闯空门［空屋］/ Trộm

けんか 11
fight / 打架［吵架］/ đánh nhau

逮捕する 12
たい ほ
arrest / 逮捕 / Bắt giữ

交通事故 13
こうつう じ こ
traffic accident / 交通事故 / Tai nạn giao thông

[詐欺] の被害にあう 14
さ ぎ　　　ひ がい
be a victim of ［a scam］/ 遭遇 ［诈骗］的受害者 / Bị ［lừa đào］

部屋を借りる 1

へや か

renting an apartment / 租房 / Thuê phòng

マンション 2

apartment complex / 公寓 /
căn hộ chung cư cao cấp

アパート 3

apartment building / 特指木造或轻钢
公寓 / căn hộ chung cư

間取り 4

まど

floor plan / 平面布置 /
sơ đồ bố trí căn
phòng

不動産屋 5

ふ どうさん や

realtor / 房地产中介 /
Đại lý bất động sản

もより駅 6

えき

nearest station / 最近的车站 /
Ga gần nhất

契約 8

けいやく

contract / 合同 / Hợp đồng

家賃 9

や ちん

rent / 房租 /
Tiền thuê nhà

管理費 10

かん り ひ

management fee /
物业管理费 /
phí quản lý chung cư

敷金 11

しききん

security deposit / 押金 /
tiền đặt cọc

礼金 12

れいきん

key money / 礼金（日本租
房时支付给房东的感谢费）/
tiền lễ

内見 7

ないけん

open house, room viewing /
看房子 / Xem nhà

連帯保証人 13

れんたい ほ しょうにん

joint guarantor / 连带保证人 /
người bảo lãnh liên đới

駅から徒歩[5]分です 15

えき と ほ ご ふん

It's a [5]-minute walk from the station /
从车站步行[5]分钟 / Cách ga [5] phút đi bộ

引き渡し 14

ひ わた

handover /
交给 /
Giao

Part
17

びょういん
病院に行く 1

going to the hospital / 前往医院 / Đi bệnh viện

医師 [お医者さん] 2

doctor / 医生 / Bác sĩ

看護師 3

nurse / 护士 / Y tá

患者 4

patient / 病人 / Bệnh nhân

内科 5

internal medicine / 内科 / Khoa nội

皮膚科 6

dermatology / 皮肤科 / Khoa da liễu

歯科 [歯医者さん] 7

dentistry [dentist] / 牙科 [牙医] / Khoa nha

眼科 [目医者さん] 8

ophthalmology [ophthalmologist / eye doctor] / 眼科 [眼科医生] / Khoa mắt

心療内科 11

psychosomatic medicine / 心身医学科 / khoa trị liệu tâm lý

精神科 12

psychiatry / 精神科 / Khoa tâm thần

整形外科 9

orthopedics / 骨科 / Khoa chấn thương chỉnh hình

外科 10

surgery / 外科 / Khoa ngoại

小児科 13

pediatrics / 儿科 / Khoa nhi

産婦人科 14

obstetrics and gynecology / 妇产科 / Khoa sản

レントゲン 15
X-ray / X 光透视 /
X-quang

調剤薬局 (ちょうざい やっきょく) 16
pharmacy / 配药房 / Hiệu thuốc

処方せん (しょ ほう) 17
prescription / 处方 / Đơn thuốc

薬剤師 (やく ざい し) 18
pharmacist / 药剂师 / Dược sĩ

薬 (くすり) 19
medicine / 药品 /
Thuốc

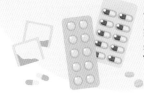

診察券 (しん さつ けん) 20
patient registration
card /
病人挂号卡 /
Thẻ khám bệnh

体温 (たい おん) 22
body temperature /
体温 / Nhiệt độ cơ thể

血圧 (けつ あつ) 23
blood pressure /
血压 / Huyết áp

マイナンバーカード 21
My Number Card / 个人编号卡（约等于身份证）/
Thẻ mã số cá nhân

脈拍 (みゃく はく) 24
pulse / 脉搏 /
mạch

[体温] をはかる (たい おん) 25
take one's [temperature] / 测量 [体温] /
Đo [nhiệt độ cơ thể]

[内科] で診察してもらう (ない か) (しん さつ) 26
be examined by [an internist] / 接受 [内科] 检查 / Khám tại [khoa nội]

Part
17

213

症状を伝える 1

しょうじょう　つた

explaining symptoms / 叙述病情症状 / Nói triệu chứng

かぜをひく 2
catch [have] a cold / 感冒 / Bị cảm

熱がある 3
ねつ

have a fever / 发烧 / Bị sốt

頭痛がする
ず つう

[頭が痛い] 4
あたま

have a headache /
头疼 / Đau đầu

せきが出る 5
で

have a cough / 咳嗽 / Bị ho

鼻水が出る 6
はな みず で

have a runny nose / 流鼻涕 /
Chảy nước mũi

はき気がする 7
け

have nausea / 恶心 /
buồn nôn

寒気がする 8
さむ け

have chills / 发冷 /
cảm thấy ớn lạnh

めまいがする 9
feel dizzy / 头晕 /
chóng mặt

便秘になる 10
べん ぴ

have constipation /
便秘 / Bị táo bón

息が苦しい 11
いき くる

have shortness of breath /
呼吸困难 /Khó thở

腹痛がする
ふく つう

[おなかが痛い] 12
いた

have a stomachache / 肚子痛 / Đau bụng

腰が痛い 15
こし いた

have lower back pain /
腰疼 /
Phần lưng dưới của tôi đau.

動悸がする 13
どう き

have heart palpitations /
心悸 / tim đập nhanh

下痢する 14
げ り

have diarrhea / 腹泻 /
Bị tiêu chảy

骨折する 16
こっせつ

break a bone / 骨折 /
gãy xương

ねんざする 17

twist, sprain /
扭伤 / bong gân

はれる 18

swell / 胀 / sưng lên

検査と治療 19
けんさ　　ちりょう

testing and treatment / 检测和治疗 /
Kiểm tra và điều trị

血液検査をする 20
けつえきけんさ

do a blood test/ 进行血液检查 /
làm xét nghiệm máu

コロナ陽性 /
ようせい

陰性 21
いんせい

positive [negative] COVID test result /
新冠阳性［阴性］/
dương tính với Corona
[âm tính]

手術 22
しゅじゅつ

surgery / 手术 /
Phẫu thuật

点滴 23
てんてき

IV / 输液 / Truyền dịch

予防接種 24
よぼうせっしゅ

vaccination / 疫苗接种 /
Tiêm phòng

救急外来 25
きゅうきゅうがいらい

emergency outpatient unit /
急救门诊 / Phòng khám cấp cứu

Part
17

緊急地震速報
きんきゅうじ しんそくほう

1

earthquake early warning / 緊急地震警報 / cảnh báo khẩn về động đất

地震で大きな揺れが予想されると、テレビやラジオで緊急地震速報が流れます。

When a large earthquake is expected, an earthquake early warning is broadcast by TV and radio stations. /
当预测到地震会产生较大的摇晃时，电视和广播会播放地震预警。 /
Khi dự báo có rung lắc mạnh do động đất lớn, tivi hay radio sẽ phát ra thông báo khẩn

地震です

緊急地震速報
強い揺れに警戒
してください

地震です

緊急地震速報です。強い揺れに警戒してください。 2

Earthquake early warning. Beware of strong tremors. / 地震预警。小心强烈的震动。 /
Cảnh báo khẩn động đất. Xin hãy cảnh giác trước những cơn rung mạnh.

震源が海底ですと、津波のおそれがあります。 3

If the epicenter is under the ocean, there is a tsunami risk. / 如果震中在海底，就有发生海啸的危险。 /
Khi tâm chấn ở đáy biển thì có nguy cơ sóng thần.

海岸や川の近くからはなれてください。 4

Stay away from the coast and rivers. / 请远离海岸或河流。 /
Hãy tránh xa bờ biển hoặc khu vực gần sông.

（津波の）予想到達時刻 5

expected arrival time of the tsunami / 海啸预计到达时间 /
Thời gian dự kiến (sóng thần) ập đến.

津波警報［津波注意報］が出る［解除される］ 6

A tsunami warning has been issued [has been lifted]. / 海啸警报发布［海啸警报解除］ /
Cảnh báo sóng thần (chú ý) được đưa ra [bị dỡ bỏ]

災害が起きたとき 1

さいがい　お

When a disaster occurs / 当灾难发生时 / Khi thảm họa xảy ra

地震 2 じしん
earthquake / 地震 / động đất

震度 3 しんど
seismic intensity / 震度 / độ chấn động

震源 4 しんげん
epicenter / 震源 / tâm chấn

マグニチュード 5
magnitude / 震级 / độ lớn địa chấn

気象庁 6 きしょうちょう
Japan Meteorological Agency / 日本气象厅 / cơ quan khí tượng Nhật Bản

津波 7 つなみ
tsunami / 海啸 / sóng thần

（大）津波警報 8 おお つなみけいほう
(large) tsunami warning / 海啸警报（等级约红色）/ cảnh báo sóng thần (lớn)

津波注意報 9 つなみちゅういほう
tsunami warning / 海啸警报（等级约黄色）/ cảnh báo sóng thần

津波避難ビル 10 つなみひなん
tsunami evacuation building / 海啸避难大楼 / tòa nhà sơ tán sóng thần

がけ崩れ 11 くず
landslide / 悬崖塌陷 / sạt lở đất

建物の倒壊 12 たてもの　とうかい
building collapse / 建筑物倒塌 / sập nhà

断水 13 だんすい
water outage / 停水 / mất nước

停電 14 ていでん
blackout / 停电 / mất điện

避難 15 ひなん
evacuation / 疏散 / sơ tán

避難所 16 ひなんじょ
evacuation shelter / 避难所 / nơi sơ tán

おちついて！ 17
Stay calm! / 冷静！/ Bình tĩnh!

あわてないで！ 18
Do not panic! / 不要恐慌！/ Đừng hoảng sợ!

［ガラス］に気をつけて！ 19 き
Watch out for [(broken) glass]! / 小心［玻璃］！/ Hãy cẩn thận với [kính]!

Part 17

🔊 121

217

ぼうさいようひん
防災用品 1

disaster prevention supplies / 防灾用品 /
đồ dự phòng lúc thiên tai

ヘルメット 2
helmet / 头盔 /
mũ bảo hiểm

リュックの中身 3
なか み

backpack contents / 防灾背包中的物品 / đồ đạc trong túi

しょくりょう
食料 4
food / 食物 /
thực phẩm

みず
水 5
water / 水 /nước

くすり
薬 6
medicine /
药品 /thuốc

ばんそうこう 7
adhesive bandages / 创可贴 /
băng dán cá nhân

ガーゼ 8
gauze / 纱布 / gạc

ほうたい
包帯 9
bandages / 绷带 / băng bó

かいちゅうでんとう
懐中電灯 10
flashlight / 手电筒 /
đèn pin

ラジオ 11
radio / 收音机 / radio

じゅうでん き
ポータブル充電器 12
portable charger / 便携式充电器 /
sạc dự phòng

マスク 13
masks / 口罩 /
khẩu trang

カイロ 14
hand warmers /
暖手宝 / miếng giữ ấm

けいたい
携帯トイレ 15
mobile (portable) toilet /
便携式厕所 / toilet di động

トイレットペーパー 16
toilet paper / 卫生纸 / giấy vệ sinh

[薬] は持った? 17
くすり　　も

Do you have [medicine]? / 你带 [药] 了
吗 ?/Bạn có [thuốc] không?

貴重品 20
き ちょう ひん

valuables and necessary items /
貴重物品 / vật quý giá

財布 21
さい ふ

wallet / 钱包 / cái ví

現金 22
げんきん

cash / 现金 /
tiền mặt

印鑑 23
いんかん

name stamp / 印章 /
con dấu

通帳 24
つうちょう

passbook /
存折 /
sổ ngân hàng

衣類 18
い るい

clothing / 衣服 /
quần áo

軍手 19
ぐん て

work gloves / 劳保手套 /
găng tay làm việc

キャッシュカード 25

cash card / 现金卡 / thẻ ATM

身分証明書 26
み ぶんしょうめいしょ

identification [ID] card /
身份证 / chứng minh nhân dân

避難所で 27
ひ なん じょ

at the shelter / 在避难所 / ở nơi trú ẩn

食料と水の配給 28
しょくりょう　みず　はい きゅう

food and water distribution /
供应食物和水 /
cung cấp thực phẩm
và nước

発電機 29
はつでん き

power generator /
发电机 / máy phát
điện

段ボール 30
だん

cardboard / 纸箱板 /
các tông

仮設トイレ 32
か せつ

temporary toilet / 临时厕所 /
nhà vệ sinh tạm thời

毛布 31
もう ふ

blanket / 毯子 /
chăn lông

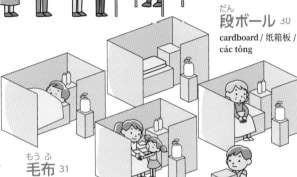

画像クレジット一覧

Part 2　Adobe Stock：koti,PAGE,つじみ,aris,Macrovector,taniho,Andrey Kuzmin,kintomo,Phruetthiphong,
vernStudio,Elena Pimukova,iStock,rawpixel.com,bobo,DragonTiger8,Menn-studio,Myurenn,
mushakesa,runrun2,Studio Ayutaka,Studio Ayutaka,よねぼー,mao,logistock,Kiku,blueringmedia,
Rica Nohara,Vector Market,R-DESIGN,Ahmad

Part 3　Adobe Stock：ogustudio,Tatsuro,graphic studio LIPOS,tkyszk,terumin,moonrise,hanabunta,ch
ie,星野スウ,sixcube,あこ,chibou07,shosa,shin28,yamasan,perisuta,Setsuko.N,tatsushi,One,Payle
ssimages,kabu,kasa,CallMeTak,ひかる 岡本,lin,oka,Paylessimages,hisa-nishiya,moonrise,にょんた
ん,Tommy & Tammy,naka,kid_a,takasu,みちょこ,oka,chapinasu,まるこ くり,myoungjak,perisuta,las
tpresent,くろすマる,ttt,とーふねこ,Orange Bowl,picture cells,NiSihSion,marunouchi,leungchopan,A
lina Tsimanovich,きなこもち,watatomo,ayakono,HanaPhoto,mako,tomaco,kanzilyou,Taro,sada,m
etamorworks,nana77777,tatsushi,kawamura_lucy,Natural box photo,osamuraisan,Abinieks,Payl
essimages,kai,Tsuboya,harvepino,oka,歩 和田,osame,inuinuistudio,楠　英浩,slowbuzzstudio,Watt
anapong,Spiharu,matsu,kumao,Sonulkaster,Mariia,ANDRII,fadfebrian

Part 4　Adobe Stock：kitthanes,PheelingsMedia,snaptitude,jun.SU.,milatas,GVS,Artem,住子 山本
iStockPhoto：Easy_Company,LironPeer,solar22,colematt,ikryannikovgmailcom,Lilanakani,rimei
mages,akiyoko,okugawa,anjongseal324,Michelle Sha,Paylessimages,anton5146,thodonal

Part 5　Adobe Stock：きなこもち,hisa-nishiya,つじみ,New Africa,tibori,poko42,moonrise,aijiro,ケイーゴ・K,h
elipocter,yslab02,sddd,oka,hanack,jedi-master,Sato310,kazoka303030,Atlas,emma,木村　亨,義
之 佐野,きさ,twomoons,kilala,kazoka303030,hanabunta,BRAD,R-DESIGN,JMer,maru54,japolia,b
uritora,リンドウ,Sabavector,polkadot,,Paylessimages,Metro Hopper,foolchico,polkadot,Aelina,ku
rousagi,Mami,tunaco,designbeginner,H_Ko,osamuraisan,sima-box,Tierney,Pixel-Shot,ochikosa
n,Ichizu,pvl0707,morkdam,years,Africa Studio
iStockPhoto：bildobjektiv,gyro,Kiwis,

Part 6　p.80-83　あべゆきこ
Adobe Stock：7maru,AntiqueJP,BSDC,hcast,jaraku,moonrise,show999,payles,simages,Taka
shi 川邊,toptop28,Michael,perisuta,tktktk,uskarp2,marunouchi,Monet,Ned Snowman,masyok,J_
News_photo,moonrise,NoriOri_R_eorika,hana,ニシヒロユミ,Something in my
head,KAZUOMI,DESIGN ARTS,Tsuki,akaomayo,kuroshimaharu,Дарья Фомина,Quality Stock
Arts,inuinuistudio,Mono,marunouchi,logistock,mogutani,kogome,Katie（カチエ）,osamuraisan,po
mupomu,logistock,one,Logistock,tam,osamuraisan,xiaosan,shiratama,NiSihSion,kyon,one,supi
rloko89,sonoya,hanabunta,Nattakorn,tukinoto,yamamen,buritora,kintomo,moonrise,kai,binimin,
zheng qiang,sveta,koosen,JackF,tamu,Hanasaki,ふわしん,BillionPhotos.com,Tetiana,nipaporn
iStockPhoto：salaryman191

Part 7　Adobe Stock：なつきち,sixcube,satoko*,健二 中村,BRAD,トワトワ,Julia Poleeva,dariaustiugova,
榮水,Pixelot,Monet,yokoobata,Tスペース,moonrise,Paylessimages,photostudioYAMASAKI
,hanabunta,kikisora,Caito,kai,Paylessimages,mnaoki,logistock,Chiristsumo,Gresei,Heor
she,R-DESIGN,logistock,kai,ニイツ,Ityuan,UMI,kikisora,FLAGphoto,kai,sh240,SKYS Co.,
Ltd.,mannamin,ぬ ここ,mogutani,naka,osamuraisan,TOMOKI,Tsuki,hit1912,1mabu,Strong
Sloth,PAGE,Hanasaki,Katie（カチエ）,Tkz26 Graphics,Volodymyr,とーふねこ,kavya
iStockPhoto：yokoobata,HidamariNeko,toofuneko,R-DESIGN ,Nirad,Sagaran

Part 8　Adobe Stock：BRAD,風味豊の書業無情庵,shosa,cozykyoto,sasazawa,moonrise,nori5488,
L.tom,akiyoko,sasazawa,kazuyoshi shiina,sawa,まんもす,Basico,Paylessimages,kikis
ora,Michael Evans,I love design.,ohayou!,Nishihama,gontabunta,taa22,taa22,智絵 上
原,sakura,gontabunta,poosan,詩織,taka,Paylessimages,Chiristsumo,ktktmik,MOMOTAROU,buri
tora,mapo,Nishihama,xiaosan,Sathaporn,TOMOKI,kei u,for-professional,Tsuboya,Quang,norik
ko,takayama,浩士 知原,JoyImage,kikisora,TOMO,Nyan TA,wei,naka,itokuni,PORNCHAI SODA,
buritora,gkrphoto,gontabunta,hungryworks,Jacek Chabraszewski,photosomething,あいコン,え
つ,Andrea Izzotti,K,maroke,Fantastic-Stock,alazur,NOBU,Subbotina Anna,timolina,WP!,Viktor,ja
nvier,logistock,koumaru,SENRYU

Part 9　Adobe Stock：ONYXprj,elartedenada,まるまる,Vectorcreator,adogslifephoto,anankkml,Eric,The
BackyardPilgrim,Patryk Kosmider,Eric Isselée,Podarenka,Smileus,Krakenimages.com,Roman
Samokhin,ultrapro,coffeemill,Anastasiia,Chris,JuAngelArts,artflare.よねぼー,マメハル,R-DESIGN,l
ogistock,blueringmedia,hiro,egon1008,hakase420,Prikhodko,SENRYU,Mono,ssstocker,Vector
Tradition,Atsushi Yokosawa,GreenSkyStudio,olegganko,Hoshiyui

Part 10 Adobe Stock：ludmilafoto,Popova Olga,moonrise,milatas,Shoji,William WANG,トラノス
ケ,Teppi,MicroOne,New Africa,ek,kintomo,maru54,siro46,Jiro,Africa Studio,Hathaichanok,meta
morworks,J BOY,Heymrpatrick,SunnySide,Pixel-Shot,eskay lim,hanahal,Popova Olga
iStockPhoto：freemixer,west,Pixel-Shot,Tsuki,buritora,koyuki,Claudio Caridi

Part 11 Adobe Stock：榊　望治,cceliaphoto,gohdafunk,harvepino,steven-lw,KENTA,sum41,R-
DESIGN,かなてん,wildman, juliasudnitskaya,zenobillis,tqmnk924,wowkwasyl,VectorRo
cket,metamorworks,valiantsin,mikehana,miiko,Andrei Armiagov,ImagesRouges,Oleg_
Yakovlev,dimazel,Tryfonov,mode_list,Prostock-studio,miiko,hearty,buritora,Chocheng channel,f
unbox,polkadot,polkadot,starmix,Trickster*,zmkstudio,petar
iStockPhoto：PeterHermesFurian

Part 12 p.152-157：あべゆきこ
Adobe Stock：ayataka,alexfiodorov,chaffflare,mayucolor,Nuthawut,titaporn,Yuliia,こけ田,Sonulka
ster,Moleng,osamuraisan,pbombaert

Part 13 Adobe Stock：Kot63,陽子 冨田,MINIWIDE,yamasan,metamorworks,SB,Paylessimages,t
achin,maroke,aalto,kumashacho,poosan,2F_komado,きなこもち,zheng qiang,One,Keiko
Takamatsu,ysstudio,Tsuboya,yagi_meimei2001,ohayou!,eringo,emma,freehand,Compose
r,tawtaw,milatas,yasuyasu99,yosuke14,st.kolesnikov,Makoto Itali,abe,Vector Tradition,and
ry7,Nelima,ochikosan,seramoje,PsychoBeard,ふわぷか,KOTSUMI KAWAUSO,Ichizu,Keiko
Kusuhara,sumire8,apple713,Ольга Зуевская,amazing studio,Andrey_Maksimov

Part 14 Adobe Stock：Deux Rondo,Monet,zhengzaishanchu,sports photos,ChiccoDodiFC,carmeta,
kanzilyou,Oleksandr,無印かげひと,Kana Design Image,ふわぷか,aijiro,osamuraisan,GRACE,mo
gutani,Hiroyuki,inspiring.team,Dr_Microbe,liuzishan,ちぬまる,VectorBum,あんころもち(ankoman
do),One,godfather,bebe,buritora,masahiro,Monet,Paylessimages,ribitts,siro46,TAGSTOCK2,
Zarya Maxim,Andrey Burmakin,Delphotostock,makieni,noraismail,NORICO,razihusin,steven
hendricks,torwaiphoto,Victoria VIAR PRO、Northern life

Part 15 Adobe Stock：matsukiyo,Eric's library,matsu,buritora,kattyan,liubovyashkir,RobertNyholm
,goro20,aki,mina,kapinon,健二 中村,uniuni,sakura,ribitts,kumashacho,kapinon,taka,one,望
菜 竹内,akiyoko,KIMASA,pomupomu,harako,freehand,Faula Photo Works,kose0811,暇人,N/
ymzk,coward_lion,Paylessimages,poosan,Anna Jurkovska,mtaira,coward_lion,otent,maru54,m-
tsukasa,ohayou!,yosuke14,sima-box,shintako,shiguretoki,photka,MASAGAMI,Kamiya
Ichiro,pomupomu,川崎市民団体Coaクラブ,pomupomu,paylessimages,Soraplus,zodar,榮穰(SAKAE
JO),yukari m,sakura,kai,Nyan TA,hit1912,machikophoto101,秀樹 今井,fuku,kizaminori,conta114,Ju
nichi,monjiro,kogamomama,oben901,aoi,peacebuts,Michiko Ishibashi,misumaru51shingo,kazu
min1967,Hassyoudo,Hamdan Yoshida,Kana-K,Lemon,K+K,mtaira,aijiro,beeboys,moonr
ise,hasehase2,小澤（オザワ）恵右（ケイスケ）,yamasan,kuremo,Miyu,hanabiyori,osamuraisan,Kento,
O,kai,Nishihama,L tom,uniuni,unka,koti,shintako,Nishihama,Chiristsumo,sasazawa
iStockPhoto：brgfx

Part 16 Adobe Stock：hiro,Mono,matsu,stokkete,ponta1414,mapo,Yuwaii design,bergamont,alexkich,Pi
yomo,buritora,あんみつ姫,koumaru,haikeisouko,taka,New Africa,siro46,DG-Studio,Abzol,japolia,
Paylessimages,yoshitaka,Metro Hopper,taka,maroke,Paylessimages,japolia,eclypse78,Imaging
L,picdog,pablobenii,琢也 栂,taa22,naka,Paylessimages,amnaj,Wasan,metamorworks,おじんぬユ
さんぬ,alice_photo,one,よぴんこ (yopinco) ,kabu,maroke,BRAD,shintako,milkovasa,koumaru,burit
ora,toyotoyo

Part 17 Adobe Stock：scene5,ururu,ケイーゴ・K,Golden Sikorka,New Africa, J_News_photo,あんこ
ろもち(ankomando),marunouchi,Namiuchi Beroko,Zyram Graphic,poosan,toyotoyo,osam
uraisan,Takashi Images,豆助,hiro,DESIGN ARTS,japolia,takasu,metamorworks,inuinuistu
dio,k_katelyn,BillionPhotos.com,Caito,Tabata Art Studio,kimomaru,SurfupVector,k_katel
yn,milatas,shintako,shintako,japolia,koti,デジル,chaffflare,drawlab19,naoe27,whitetanwhit
e,Akari Machida,Monet,hidamari,ゆりゆりのゆり,sand555,Paylessimages,星野スウ,umaruch
an4678,viaduct_k,PATARA,pomupomu,Creativa Images,DESIGN ARTS,ユキ,mikehana,R-
DESIGN,caoru,marunouchi,石原かおり,logistock,matsukiyo,Pakmor

にほんご絵じてん

2024年3月1日　第1版第1刷発行
2024年11月14日　第1版第2刷発行

監修：坂本 正
協力：「にほんご絵じてん」プロジェクトチーム
熊沢敏之、新城宏治、松浦真理子、山田敦子
（五十音順）
編：コスモピア編集部

装丁：松本田鶴子
カバーイラスト：angkanasu/Adobe Stock,kid_a/Adobe Stock,
　ニシヒロユミ/Adobe Stock

本文イラストと写真：あべゆきこ、iStockphoto、Adobe Stock、
　コスモピア編集部

英文校正：Sean McGee、Sonya Marshall
中国語校正：李 凌燕、張 靖雯
ベトナム語校正：Nguyễn Thị Ái Tiên
ベトナム語校正協力：Lai Minh Long

日本語ナレーション：山田敦子

発行人：坂本由子
発行所：コスモピア株式会社
　　　　〒151-0053　東京都渋谷区代々木4-36-4　MCビル2F
営業部：TEL: 03-5302-8378　email: mas@cosmopier.com
編集部：TEL: 03-5302-8379　email: editorial@cosmopier.com

https://www.cosmopier.com/（コスモピア公式ホームページ）
https://e-st.cosmopier.com/（コスモピアeステーション）
https://kids-ebc.com/（子ども英語ブッククラブ）

印刷：シナノ印刷株式会社
収録：株式会社メディアスタイリスト
音声編集：門間朋之

© 2024 CosmoPier Publishing Company, Inc.

坂本 正（さかもと　ただし）
ボストン大学大学院修了（Ed. D.）、名古屋外国語大学大学院特任・名誉教授、南山大学名誉教授、青森大学客員教授、インドネシア国立パジャジャラン大学客員教授、愛知国際学院相談役、専門：日本語教育学・第二言語習得論。

==================
（以下、五十音順）

熊沢敏之（くまざわ　としゆき）
筑摩書房で「ちくま学芸文庫」編集長・編集局長・代表取締役などを歴任。2023年度まで、法政大学、立教大学で社会思想・編集文学論などを講じる。

新城宏治（しんじょう　こうじ）
株式会社エンガワ代表取締役。特定非営利活動法人 国際教育振興協会 日本語教師ネットワーク機構代表理事。高崎健康福祉大学非常勤講師。

松浦真理子（まつうら　まりこ）
日本語教師。㈱ITM（ベトナム企業）の教育アドバイザー、国内日本語学校非常勤講師他。日本語学校で教務主任、ベトナムで日本語センターの管理等経験。

山田敦子（やまだ　あつこ）
元NHKアナウンサー、アナウンス室長。報道番組、情報番組、選挙報道などを担当。NHK財団ことばコミュニケーションセンター専門委員。

コスモピア

日本語教師ってどんなお仕事なの？

四六判書籍 182 ページ　電子版付き
定価　1,760 円(税込)

ゆるく、やさしくをモットーに日本語教師をつなぐネットワーク活動をしている団体が、日本語教師に興味がある人、具体的に「職業」として考えている人に実例や体験談にもとづいて日本語教師の仕事を紹介します。

著者：大隅紀子／奥村三菜子／眞鍋雅子
NPO 法人 YYJ・ゆるくてやさしい日本語のなかまたち

4コママンガで
日本語教師の仕事が
リアルにわかる！

ステップ 1　今日のテーマに学習者を引き寄せる

日本語教師のリアルな日常

第1章　教師たちの素顔
〜五人の日本語教師への
インタビューより〜

第2章　日本語の授業、拝見！

第3章　日本語教師のあるある
〜六人のお悩みエピソード〜

日本語教師のディープな世界

**第4章　のぞいてみよう、日本語
教師の広くて深い世界ー**

●送料無料！ 直接のご注文は　https://www.cosmopier.net/